ವಿಕ್ರಮ ಹತ್ವಾರ

1982ರಲ್ಲಿ ಕುಂದಾಪುರ ತಾಲೂಕಿನ ಬೀಜಾಡಿ ಎಂಬ ಸಣ್ಣ ಗ್ರಾಮದಲ್ಲಿ ಜನನ. ಕರಾವಳಿಯ ಯಕ್ಷಗಾನದ ಚಂಡೆಗಳ ಬಡಿತದಲ್ಲಿ, ಮಲೆನಾಡಿನ ತುಂಗೆಯ ಮಡಿಲಿನಲ್ಲಿ, ಶಿವಾಜಿನಗರದ ಗಲ್ಲಿಗಳಲ್ಲಿ ಅರಳಿದ ಬದುಕು ಬೆಂಗಳೂರು, ಮುಂಬೈ, ನ್ಯೂಯಾರ್ಕ್ ನಗರಗಳಲ್ಲಿ ಸಂಚರಿಸಿದೆ. ವೃತ್ತಿಯಿಂದ ಸಾಫ್ಟ್‌ವೇರ್ ಇಂಜಿನಿಯರ್. ಟಾಟಾ ಕನ್ಸಲ್‌ಟನ್ಸಿ ಕಂಪನಿಯಲ್ಲಿ ಕಳೆದ ಇಪ್ಪತ್ತು ವರ್ಷಗಳಿಂದ ದುಡಿಮೆ.

ಸಂಸ್ಕೃತಿ ಚಿಂತನೆ, ವಿಮರ್ಶೆ, ಸಂಗೀತ, ಸಿನಿಮಾಗಳಲ್ಲಿ ಆಸಕ್ತಿ. ಇವರ ಕತೆಯೊಂದು 'ನಿರುತ್ತರ' ಎಂಬ ಸಿನಿಮಾ ಆಗಿ ರೂಪಾಂತರಗೊಂಡಿದೆ. 'ಪ್ರಕೃತಿ ಪ್ರಕಾಶನ'ದ ಮೂಲಕ ಪುಸ್ತಕ ಪ್ರಕಟಣೆಯಲ್ಲಿ ತೊಡಗಿಕೊಂಡಿದ್ದಾರೆ.

ಕವನ ಸಂಕಲನ:

* ಇದೇ ಇರಬೇಕು ಕವಿತೆ
* ಅಕ್ಷೀ... ಎಂದಿತು ವೃಕ್ಷ!
* ಮೆಟ್ರೊ ಝೆನ್

ಕಥಾ ಸಂಕಲನ:

* ಝೀರೋ ಮತ್ತು ಒಂದು
* ಹಮಾರಾ ಬಜಾಜ್
* ಕಾಗೆ ಮೇಷ್ಟ್ರು

ಪ್ರಬಂಧ ಸಂಕಲನ:

* ನೀ ಮಾಯೆಯೊಳಗೋ

'ಝೀರೋ ಮತ್ತು ಒಂದು'-ಕೇಂದ್ರ ಸಾಹಿತ್ಯ ಯುವ ಪುರಸ್ಕಾರ ಪಡೆದ ಕೃತಿ. ಕರ್ನಾಟಕ ಸಾಹಿತ್ಯ ಪರಿಷತ್ತಿನಿಂದ 'ಅರಳು ಪ್ರಶಸ್ತಿ' ಪುರಸ್ಕೃತರಾಗಿದ್ದಾರೆ.

vhathwar@gmail.com
99161 02886

ನಿಶ್ಚಲವ ಕಲಕಿದ ಹಕ್ಕಿ

ವಿಕ್ರಮ ಹತ್ವಾರ

ವೀರಲೋಕ

ವೀರಲೋಕ ಬುಕ್ಸ್ ಪ್ರೈ.ಲಿ.
207, 2ನೇ ಮಹಡಿ, 3ನೇ ಮೇನ್, ಚಾಮರಾಜಪೇಟೆ
ಬೆಂಗಳೂರು-560018. ಮೊಬೈಲ್: 70221 22121
ಇಮೇಲ್: veeralokabooks@gmail.com
ವೆಬ್‌ಸೈಟ್: www.veeralokabooks.com

NISCHALAVA KALAKIDA HAKKI
A collection of poems written by **Vikram Hatwar**

Published by:
VEERALOKA BOOKS PVT. LTD.
207, 2nd Floor, 3rd Main
Chamarajpet, Bengaluru-560018

Mobile:	+91 7022122121
E-mail:	veeralokabooks@gmail.com
Website:	www.veeralokabooks.com

Price:	Rs. 100/-
Pages:	84
First Impression:	2023

Paper used:	70 GSM NS Maplitho
Book size:	140mm x 180mm

ISBN:	978-93-94942-51-6

Cover page illustration by:
Godavari D.S.

Inner pages design by:
Vijaya Vikram

crew

Anand Rach
Anantha Kunigal
RajVishnu
Govind Vishnu
Vishwajith
Mamatha
Parvathi
Sai Raghav

ಅರ್ಪಣೆ

ಕಿಲಕಿಲವೇ ಅಖಿಲವಾಗಿರುವಂತೆ
ನಮ್ಮ ಹೊಸ ಮನೆಯೆದುರು ಸೇರುವ
ಸಕಲ ಹಕ್ಕಿಗಳಿಗೆ

ಹಕ್ಕಿ ಮಾತು

ವಿಶೇಷವಾಗಿ ಹೇಳುವಂಥದ್ದು ಏನಿಲ್ಲ. ಕವಿತೆ ನಿರಂತರವಾಗಿ ಹೊಮ್ಮುತ್ತಿದೆ. ನಮ್ಮ ಹೊಸ ಮನೆಯ ಎದುರಿನ ವಿಶಾಲವಾದ ಪ್ರದೇಶದಲ್ಲಿ ವಿಧವಿಧ ಹಕ್ಕಿಗಳ ಮೇಳವೇ ನೆರೆಯುತ್ತದೆ. ಅವುಗಳ ಸಾಂತ್ವನದಲ್ಲಿ ಹೊಸ ಕವಿತೆಗಳು ಮೂಡಿವೆ.

ವೀರಕಪುತ್ರ ಶ್ರೀನಿವಾಸ, ಅನಂತ ಕುಣಿಗಲ್, ವೀರಲೋಕದ ಸಿಬ್ಬಂದಿ ವರ್ಗ, ಮುಖಪುಟ ವಿನ್ಯಾಸ ಮಾಡಿದ ಗೋದಾವರಿ ಡಿ.ಎಸ್., ಮುದ್ರಕರು, ಎಲ್ಲರಿಗೂ ಧನ್ಯವಾದ!

ಈ ಕವಿತೆಗಳನ್ನೆಲ್ಲ ಒಟ್ಟಾಗಿ ಓದಿ ಸ್ಪಂದಿಸಿದ ಕನ್ನಡದ ಅನನ್ಯ ಕವಿ ಲಲಿತಾ ಸಿದ್ಧಬಸವಯ್ಯ ಮತ್ತು ಗೆಳತಿಯರಾದ ಚೇತನ ತೀರ್ಥಹಳ್ಳಿ, ಸುಷ್ಮಾ ರಾವ್ – ಇವರಿಗೆ ಋಣಿ.

ನನ್ನ ಕುಟುಂಬದವರ ಸಹಕಾರವನ್ನೂ, ಕವಿತೆಗಳಿಗಾಗಿ ಮತ್ತೆ ಮತ್ತೆ ಒತ್ತಾಯಿಸುವ ಓದುಗರ ಪ್ರೀತಿಯನ್ನೂ ನೆನೆಯುತ್ತಿದ್ದೇನೆ.

ಕಾವ್ಯಸುಖ ಸದಾ ಇರಲಿ.

-ವಿಕ್ರಮ ಹತ್ವಾರ

ಬೆಂಗಳೂರು
30–11–2023

ಪ್ರಕಾಶಕರ ನುಡಿ

ವೀರಲೋಕಕ್ಕೀಗ ಭರ್ತಿ ಒಂದೂವರೆ ವರ್ಷ. ಈ ಅವಧಿಯಲ್ಲಿ ಅದರ ಹತ್ತು ಹಲವು ಹೊಸತನಗಳನ್ನು ಕನ್ನಡಿಗರು ಮೆಚ್ಚಿ ಹರಸಿದ್ದಾರೆ. ನವೆಂಬರ್ ತಿಂಗಳೊಂದರಲ್ಲೇ ದಾಖಲೆಯ ಪುಸ್ತಕ ಮಾರಾಟ ಮಾಡಿದ್ದೇವೆ. ಆ ಮೂಲಕ ಕನ್ನಡ ಪುಸ್ತಕ ಲೋಕದಲ್ಲಿ ಉದ್ಯಮವಿದೆ ಎಂಬುದನ್ನು ಜಗಜ್ಜಾಹೀರುಗೊಳಿಸಿದ್ದೇವೆ. ಸಾಂಪ್ರದಾಯಿಕ ಶೈಲಿಯ ಪುಸ್ತಕ ಲೋಕವನ್ನು ಶತಮಾನಗಳಿಂದ ನಾವು ಕಾಣುತ್ತಲೇ ಬರುತ್ತಿದ್ದೇವೆ. ಕಲೆ, ಸಾಹಿತ್ಯವು ಪೋಷಕರ ಮರ್ಜಿಯಲ್ಲೇ ಇನ್ನೆಷ್ಟು ದಿನ ಉಳಿಯಬೇಕು? ಅದು ಉದ್ಯಮದ ರೂಪ ಪಡೆದು ತನ್ನ ಕಾಲ ಮೇಲೆ ತಾನು ನಿಲ್ಲಲೇಬೇಕು. ಗ್ರಂಥಾಲಯ ಖರೀದಿ, ಸರ್ಕಾರದ ಅನುದಾನ, ಪ್ರಕಾಶಕನ ಮುಲಾಜುಗಳಿಲ್ಲದೆ ಲೇಖಕ ಉಳಿಯುವಂತಾಗಬೇಕು. ಪುಸ್ತಕಲೋಕವು ಪುಸ್ತಕೋದ್ಯಮವಾಗಬೇಕಾದ ಅನಿವಾರ್ಯತೆ ಈಗ ಎಂದಿಗಿಂತಲೂ ಹೆಚ್ಚಿದೆ. ಹಾಗಾದಾಗ ಮಾತ್ರ ಹೊಸತನ ಇಲ್ಲಿ ತರಲು ಸಾಧ್ಯ. ಹೊಸತನವಿದ್ದಾಗ ಕಟ್ಟಕಡೆಯ ಓದುಗನನ್ನೂ ತಲುಪಬಹುದು, ಹೊಸ ಓದುಗರ ಸೃಷ್ಟಿಗೆ ಕಾರಣವಾಗಬಹುದು. ಅದೇ ನಾವೂ ನೀವು ಮಾಡಬಹುದಾದ ನೈಜ ಕನ್ನಡ ಸಾಹಿತ್ಯದ ಕೆಲಸ. ಈ ಕಾರಣದಿಂದಲೇ ನಾವೀಗ ರಾಜ್ಯದ ಮೂವತ್ತೂ ಜಿಲ್ಲೆಗಳಲ್ಲಿ ಪುಸ್ತಕದ ಅಂಗಡಿ ತೆರೆಯುವ ಯೋಚನೆ ಹೊಂದಿದ್ದೇವೆ. ಶಾಲೆ, ಕಾಲೇಜುಗಳಲ್ಲಿ ಪುಸ್ತಕ ಬಿಡುಗಡೆ ಸಮಾರಂಭಗಳನ್ನು, ಪ್ರತಿ ಜಿಲ್ಲೆಯಲ್ಲೂ ಪುಸ್ತಕ ಮೇಳಗಳನ್ನು ಆಯೋಜಿಸಲು ಸಂಕಲ್ಪಿಸುತ್ತಿದ್ದೇವೆ.

2023ರ ಕೊನೆಗೆ ವೀರಲೋಕದಿಂದ ಪ್ರಕಟವಾಗುತ್ತಿರುವ ಕೃತಿಗಳಲ್ಲಿ ವಿಕ್ರಮ ಹತ್ವಾರ ಅವರ "ನಿಶ್ಚಲವ ಕಲಕಿದ ಹಕ್ಕಿ" ಸಂಕಲನವೂ ಒಂದು. ಕವಿತೆ ಎಲ್ಲಿರುತ್ತದೆ ಎಂದು ಯಾರಾದರೂ ವಿಕ್ರಮ್ ಅವರನ್ನು ಕೇಳಿದರೆ.. ಅದು ಎಲ್ಲಿ ಬೇಕಾದರೂ ಇರುತ್ತದೆ ಎನ್ನುತ್ತಲೇ ಒಂದು ಕವಿತೆ ಬರೆದುಬಿಡುತ್ತಾರೆ. ಅಂತಹ ಕಾವ್ಯ ಶಕ್ತಿ ಒಲಿಸಿಕೊಂಡಿರುವ ವಿಕ್ರಮ್ ಸೂಕ್ಷ್ಮ ಸಂವೇದನೆ ಇರುವ ಒಬ್ಬ ಅದ್ಭುತ ಕವಿ. ಇದು ವೀರಲೋಕದ

ಪ್ರಕಟವಾಗುತ್ತಿರುವ ಅವರ ಎರಡನೇ ಕೃತಿ. ಇವರ ಕವಿತೆಗಳನ್ನು ಓದುವುದೆಂದರೆ ನೂತನವಾಗಿ ಕಟ್ಟಿದ ಮನೆಯೊಂದರ ಗೃಹಪ್ರವೇಶ ಮಾಡಿದಂತೆ! ಕೈಬೀಸಿ ಕರೆಯುವ ಮನೆಯ ಒಳಗಿನ ವಸ್ತುಗಳಂತೆ, ಸಮಾಜದೊಂದಿಗೆ ಜೋತುಬಿದ್ದ ಯಾರಿಗೂ ಬೇಡದ ತರಹೇವಾರಿ ವಿಷಯಗಳಂತೆ, ಕನ್ನಡಿಯ ಮೇಲೆ ತತ್‌ಕ್ಷಣದಲ್ಲಿ ಎದುರಾಗುವ ನಮ್ಮದೇ ಭಾವಚಿತ್ರದಂತೆ ಇಲ್ಲಿಯ ಕವಿತೆಗಳು ರಚಿತವಾಗಿವೆ. ವಿಕ್ರಮ್ ಅವರಿಗೆ ಶುಭವಾಗಲಿ.

ಈ ಕೃತಿಯನ್ನು ಕೈಗೆತ್ತಿಕೊಂಡಿರುವ ನಿಮ್ಮ ಓದಿನ ಪ್ರೀತಿಗೆ ಶರಣು. ಹೊಸ ವರ್ಷದ ಹರುಷದ ಜೊತೆಗೆ ಈ ಕೃತಿಯ ಓದಿನ ನಶೆಯೂ ನಿಮ್ಮದಾಗಲಿ..

ಈ ಕೃತಿಯನ್ನು ಓದುವ ಸುಖ ನಿಮ್ಮದಾಗಲಿ.

ಪ್ರೀತಿಯಿಂದ,

ವೀರಕಪುತ್ರ ಶ್ರೀನಿವಾಸ

ಪ್ರಕಾಶಕ, ವೀರಲೋಕ ಬುಕ್ಸ್

ಪರಿವಿಡಿ

ಕಾರ್ ಡ್ರೈವಿಂಗ್

ಕಾರ್ ಡ್ರೈವಿಂಗ್ ಕಲಿಯುವಾಗ
ಧೀರರಂತೆ ಕುಳಿತಿರಬೇಕು ನೇರ
ಕದಲಬಾರದು ದೃಷ್ಟಿ
ಸ್ಟೇರಿಂಗ್ ಹಿಡಿದಿರಬೇಕು ಗಟ್ಟಿ

ಕ್ಲಚ್ಚಿನಿಂದ ಕಾಲೆತ್ತು
ಆಕ್ಸಲರೇಟರ್ ಒತ್ತು
ನಿಧಾನ...
ಕೈ ಹಿಡಿದು ತೋರಿದ ಟ್ರೈನರ್
ಗೇರ್ ಬದಲಿಸುವ ವಿಧಾನ.

ಶುರುವಾಯಿತು ಕಾರು ಚಲಿಸಲು
ಹೊತ್ತಿಕೊಂಡಿತು ಎದೆಗೆ ದಿಗಿಲು
ಎಲ್ಲಿ ಗುದ್ದುವೆನೋ
ಏನ ಉಜ್ಜುವೆನೋ
ಎಂಥವರು ಹೇಗೆ ಬರುವರೋ ಎದುರು
ತಿಳಿ ಹೇಳಿದ ಟ್ರೈನರ್, 'ಹೆದರದಿರು:
ನಿನ್ನ ದಾರಿ ನೀನು ನೋಡು
ಅವನ ದಾರಿ ಅವ ನೋಡಿಕೊಳ್ಳುವ ಬಿಡು,
ಬ್ಯಾಲೆನ್ಸ್ ಸಿಗುವುದೇ ಮೊದಲ ಸಾಧನೆ
ಅನುಸರಿಸಬೇಕು ಕೆಲ ಮುಖ್ಯ ಸೂಚನೆ

ಖಾಲಿ ಇದೆ ಎಂದು ದಾರಿ ಮುಂದೆ
ಯಾವ ಕಾರಣಕ್ಕೂ ತಿರುಗದಿರು ಹಿಂದೆ'

ಅತ್ತಿತ್ತ ವಾಲುವಾಗ ಗಾಡಿ
ಸರಿದಾರಿಗೆ ತರುವನು ಕೈಯ ನೀಡಿ
ಅದೋ ಅದೋ ಅಡ್ಡ ಬಂತು ಬೈಕು
ಗಕ್ಕನೆ ನಿಂತಿತು ಕಾರು ಒತ್ತದೆಯೇ ಬ್ರೇಕು
ಆಗ ತಿಳಿಯಿತು:
ಕುಳಿಸಿದ್ದಾನೆ ನನ್ನ ಡ್ರೈವರ್ ಸೀಟಿನಲ್ಲಿ
ಎಲ್ಲ ನಿಯಂತ್ರಣ ತನ್ನಲ್ಲೂ ಇರಿಸಿಕೊಂಡು
ಬೇಕಾದಾಗ ತಿರುಗಿಸುತ್ತಾನೆ ನಿಲ್ಲಿಸುತ್ತಾನೆ ಗಾಡಿ
ಅಳೆಯುತ್ತ ನನ್ನ ಸ್ಥಿತಿ;
ರೋಡಿನಲಿ ಏನೇನು ಬರುವುದೆಂದು ನೋಡಿ

ಇಬ್ಬರು ಚಾಲಕರು ಒಂದೇ ಕಾರಿಗೆ
ಕುಳಿತಿದ್ದೇನೆ ನಾನು ಕುಳಿತಲ್ಲೇ
ಸಾಗಲು ತೊಡಗಿತು ಕಾರು ಮೆಲ್ಲಗೆ
ಪಕ್ಕದಲಿ
ಜೊತೆಯಲಿ
ಅಲ್ಲ..
ಕುಳಿತಿದ್ದಾನೆ ಅವನೀಗ ನನ್ನೊಳಗೇ

ತಂತಿ ಮೇಲಿನ ನಡಿಗೆ

ತಂತಿ ಮೇಲಿನ ನಡಿಗೆ
ಕಲಿಯುತ್ತಿರುವ ಹುಡುಗಿಗೆ
ಹೇಳಿದನು ತಂದೆ:
ನಿಲ್ಲುವುದ ಕಲಿ ಮೊದಲು
ಆಮೇಲೆ ಇಡು ಹಜ್ಜೆ
ಊರಿದರು ಹಗುರ ಇರು

ನಿಂತ ಆಯ ತಪ್ಪದಂತೆ
ಕೈಗಳೆರಡು ರೆಕ್ಕೆಯಂತೆ
ಹುಡುಗಿ ಹಕ್ಕಿಯಂತೆ

ತಂತಿ ಕಚ್ಚಿದ್ದ
ಕಾಲಿನ ಹೆಬ್ಬೆರಳನು
ಕೊಂಚ ಸಡಿಲಿಸಿ,
ಭುಜ ಅಲುಗಿಸಿ,
ಅಗಲಿಸಿದ ಕೈಗಳನು ನಿಧಾನ
ಮೇಲೆ ಕೆಳಗೆ ಬೀಸಿ,
ಅಂತೂ ನಿಂತಳು ಸ್ಥಿರ..
ಅರೆಕ್ಷಣದ ವಿರಾಮ
ಹಿಡಿದಿಟ್ಟಿದ್ದ ಉಸಿರ ಬಿಟ್ಟಳು

ನಿಂತರು ನಿಂತ ಹಾಗಲ್ಲ
ಪಾದಗಳಷ್ಟೇ ತಂತಿ ಮೇಲೆ; ಅವಳಿಲ್ಲ

ಹಬ್ಬಿಕೊಂಡಿದ್ದಾಳೆ ದೇಹದಿಂದಾಚೆ
ಹಚ್ಚೆ ಇಟ್ಟಂತೆ ಸೂಟೆ
ತನ್ನರಿವೇ ತನ್ನ ಕೋಟೆ

ಹೆಜ್ಜೆ ಎತ್ತಿ ಇನ್ನೇನು
ಇಡಬೇಕು ಮುಂದಕ್ಕೆನ್ನುವಾಗ
ಕಂಪಿಸಿತು ಮೊಣಕಾಲು
ಬಾಗಿತು ಕುತ್ತಿಗೆ
ತೇಲಾಡಿತು ಒಡಲು
ಇನ್ನೇನು ಬಿದ್ದೇ ಬಿಡುವಳು...

ತಂದೆ ತನ್ನ ಎರಡೂ ಕೈ
ಮೇಲಕ್ಕೆತ್ತಿ ಹಿಡಿದನು ಗಾಳಿಯಲಿ,
ಯಾರೂ ಮುಟ್ಟದೆಯೇ
ತಡೆಹಿಡಿದ ಹಾಗಾಯಿತು ಹುಡುಗಿಗೆ
ಒಳಗೊಳಗೇ ಗುಟ್ಟಿನಲಿ

ನೇರ ನಿಂತಳು
ಸಾವರಿಸಿಕೊಂಡಿತು ಅಂತರಾಳ
ಉಸಿರು ಇನ್ನಷ್ಟು ನಿರಾಳ
ಹಗುರ ಪಾದಗಳ ಹಿಡಿತ
ಮತ್ತೆ ಶುರು ಅವಳೊಳಗೆ ತಂತಿ ಮಿಡಿತ

ಚಮ್ಮಾರ

ಹರಿದ ಚಪ್ಪಲಿ ಹೊಲಿದು
ಸಡಿಲಾದ ನಮ್ಮ ನಡಿಗೆಗೆ
ಮರಳಿ ಹಿಂದಿನ ಘನತೆ ನೀಡಿದೆ
ಫುಟ್ಪಾತಿನಲಿ ಕುಳಿತ ಚಮ್ಮಾರ ಜಗದಯ್ಯ
ದಾರ ಹಾಕಿ ದಬ್ಬಣದಲಿ ಚುಚ್ಚುವಾಗಲು
ಅದೆಂಥ ನಯ!

ನೋಯದಿರಲೆಂದೇ?
ಸವೆದಿರುವ ಜೀವ ಚೂರಾಗದಿರಲೆಂದೇ?

ಕೂಪಿನಂಚಿನಲಿ ನೂಲ ಕತ್ತರಿಸಿ
ಕೊಡತಿಯಲಿ ತಿಕ್ಕಿ ತೀಡಿ ಹದಗೊಳಿಸುವೆ
ಗಾಯದ ಮೇಲೆ ದಾರದ ಕಲೆ
ಕಾಣದಿರಲೆಂದೇ?

ನಿನ್ನ ಪರಿಪರಿ ಹಚ್ಚೆ ವಿನ್ಯಾಸದ ಕುಸುರಿ
ಮೈಯ ಮೇಲೊತ್ತಿದ ನೋವಿಗೆ ಮೈಮೀರಿ,
ಪರವಶದ ನಶೆಯೇರಿ,
ಸುಡುನೆಲದ ಮೇಲಿನ ಸುಂದರ ಲೋಕಕ್ಕೆ
ಹೆಜ್ಜೆಹೆಜ್ಜೆಗು ಸಲಾಮು ಹಾಕುತ್ತ
ಅಲೆದಾಡುತಿವೆ ಕವಿತೆಗಳಾಗಿ

ಜನರ ಪರಿವೆ ಇರದೆ
ಮತ್ತೊಂದು ಚಪ್ಪಲಿ ಹಿಡಿದು
ಕುಳಿತಿರುವೆ ನೀನು ತಲೆಬಾಗಿ

ಜೈದೀಪ್ ಅಹ್ಲಾವತ್ ನಟನೆ

ಸಿಗರೇಟು ಹೊಗೆ
ಆ ಕೊಂಕು ನಗೆ
ವಿದ್ರೋಹ ಕಪಟ ದರ್ಪ
ಸೆಟೆದ ಅಹಮಿಕೆಯ ನಡಿಗೆ
ಮುಳ್ಳು ಮೊನಚಿನ ಮೂದಲಿಕೆ
ಒದ್ದೆ ಕಣ್ಣಾಲಿಗಳ ಕದಲಿಕೆ
ನೆನೆದಿರುವಂತೆ ಅರಳೆ
ವಿಷಾದದ ಶಾಯಿಯಲಿ
ಸುತ್ತುತ್ತಿರುವನು ಒಳಗೊಳಗೇ
ಸರಿ–ತಪ್ಪುಗಳ ಸುಳಿಯಲಿ
ಭಾವಕ್ಷೋಭೆ; ಸಂಧಿಗ್ಧತೆ
ಹಾ... ಅದೆಂಥ ವಿಹ್ವಲತೆ!

ಕುಳಿತಲ್ಲಿ ನಡೆದಲ್ಲಿ ನಿಂತಲ್ಲಿ
ಎದುರಿದ್ದರೂ ಇರುವಂತೆ ಇನ್ನೆಲ್ಲೋ
ಅವನ ಅನಿಶ್ಚಿತ ಆಲೋಚನೆಯ
ಅಗೋಚರ ದಾರಿಗಳಲಿ
ನಾವೂ ಅಲೆಯುತ್ತೇವೆ
ಗೊತ್ತಿರದ ತಿರುವುಗಳಲಿ

ತೀರ್ಥಹಳ್ಳಿಯ ಸಂಜೆಗಳು

ಮಂಪರು ತುಂಬಿದ
ನೀರವ ಮಧ್ಯಾಹ್ನ,
ಚಿಗುರು ಸಂಜೆ
ನಳನಳಿಸುವ ಉದ್ಯಾನ,
ಬಾಳೆಬೈಲಿನ ದಾರಿ ತಿರುವಿನಲ್ಲಿ
ಅಮಟೆ ಮರದ ಹುಳಿ,
ದಿಬ್ಬದ ತುದಿಯಲಿ
ಕಾಲು ಚಾಚಿ ಕುಳಿತರೆ
ಮಂದ ಕಿರಣ ಚಿಮ್ಮುವ
ಸಿದ್ದೇಶ್ವರ ಗುಡ್ಡ

ಹುಲಿ ಉಗುರಿನ ಹೂಪಕಳೆ
ಬೆರಳಿನ ಮೇಲೆ
ಇಂಪಾಗಿ ಹರಿವ ತುಂಗೆಯ ದಡದಲಿ
ಭಣಭಣ ಮೌನ
ಜಾನುವಾರು ಜಾತ್ರೆಯ ಬಯಲಿನಲಿ
ಒಂಟಿಯಾಗಿ ನಿಂತ ವೆಂಕಟರಮಣ

ಸೈಕಲ್ ಸವಾರಿ ಪೇಟೆ ಕಡೆ
ಏರು ರಸ್ತೆಯಲಿ ತುಳಿಯಲಾಗದೆ
ಇಳಿದು ತಳ್ಳುತ್ತ ನಡೆದರೆ
ಮೊದಲು ಸಿಗುವುದೇ

ಗುರುಪ್ರಸಾದಿನ ಮಸಾಲೆ ದೋಸೆ,
ಮುಂದೆ ದ್ವಾರಕಾ ಅಶೋಕ
ಬನ್ನು, ಕಾಫಿಗೆ
ನೀರೂರುವ ನಾಲಗೆ

ಸರಿವ ಹಾವಿನಂಥ
ರಥಬೀದಿಯ ಇಳಿಜಾರು,
ರಾಮೇಶ್ವರ ಗುಡಿ,
ತುಂಗೆ ಒಡಲಲಿ ಪರಶುರಾಮ ಕುಂಡ,
ಬಂಡೆ ಮೇಲಿನ
ಕಲ್ಲು ಮಂಟಪಕ್ಕಂಟಿದ
ಸಂಜೆಗೆಂಪು,
ತಲೆ ಕಡಿದ ತಾಯಿಯ
ನೆತ್ತರಿನ ನೆನಪು.

ಹಗಲು ದಣಿದು
ಇರುಳಲಿ ಭೂಮಿಗೆ ಮಣಿಯುವ ಮುನ್ನ
ಮನೆಯಂಗಳದ ತುಳಸಿಕಟ್ಟೆಯ ಮುಂದೆ
ದೀಪ ಹಚ್ಚಿ ವಿರಮಿಸುತ್ತವೆ
ಇಲ್ಲಿನ ಸಂಜೆಗಳು,
ಬೆಳಕು ಇಳಿದಂತೆ
ಚಳಿ ದಾಳಿ,
ರಾತ್ರಿ ಗಂಜಿ ಪರಿಮಳ;
ನದಿಯ ಕಾಲಿಗೆ ಕಟ್ಟಿದ ಗೆಜ್ಜೆ ಸಪ್ಪಳ!

ಗೃಹಪ್ರವೇಶ

ಹೇಗೋ ಬಂದೆವು ಇಲ್ಲಿವರೆಗೆ
ಸೂರಿಂದ ಸೂರಿಗೆ ಉರುಳಿ
ಸುಖ ದುಃಖ ಸರಂಜಾಮುಗಳ ಮೂಟೆ ಕಟ್ಟಿ

ಬಿರುಕುಬಿಟ್ಟ ಮಂಚ ಮೇಜು ದೀವಾನ
ಡುಬ್ಬ ಬೆನ್ನಿನ ಒನಿಡಾ ಟಿ.ವಿ
ನೀರು ಬಾರದಿರುವ ದಿನಗಳಿಗಾಗಿ ನೀಲಿ ಡ್ರಮ್ಮು
ಹರಿದ ದಿಂಬು, ಪರದೆ, ಜಮಖಾನ
ಪ್ಲಾಸ್ಟಿಕ್ ಕುರ್ಚಿ, ಚಪ್ಪಲಿ ಸ್ಟ್ಯಾಂಡು, ಬಕೆಟ್ಟು
ದಿಕ್ಕೆಟ್ಟು ಕುಳಿತ ದೇವರ ಪೀಠ
ಹೇಗೋ ಬಂದುಬಿಟ್ಟಿವೆ ಇಲ್ಲಿವರೆಗೆ
ಅನಾದಿ ಕಾಲದಿಂದ ರಿಪೇರಿಗೊಳ್ಳುತ್ತ

ಗ್ರೂಪ್ ಫೋಟೋಗಾಗಿ
ಅಲ್ಲಲ್ಲೇ ಸ್ಥಳ ಬದಲಿಸಿ ನಿಂತ ಬಂಧುಗಳಂತೆ
ಮನೆಯಿಂದ ಮನೆಗೆ ಅವೇ ಸರಕುಗಳ
ಹೊಸ ಸಂಯೋಜನೆ
ಬಣ್ಣಗೆಟ್ಟ ಗೋಡೆಗಳಿಗೆ ಹೊಸ ರಂಗು ಘಮಲು
ನಗು ನಲ್ಮೆ
ಅಳು ಆಸೆ
ಚೀರಾಟ ಸಿಟ್ಟು

ದನಿ ದುಮ್ಮಾನಗಳಿಗೆ
ಥರಥರದ ಚೌಕಟ್ಟು

ಸಾಕಿನ್ನು ಇಂಥ ಉರುಳುವ ಆಟ
ಬಾಡಿಗೆ ಮುಂಗಡ ಮುಲಾಜು ಸಾಕಿನ್ನೆಂದು
ಕಂಡುಕೊಂಡೆವು ಒಂದು ನೆಲೆ
ಅಡಿಯಿರಿಸಲು ಅಂತೂ ಸ್ವಂತ ಸೂರಿನೊಳಗೆ

ಪುಸ್ತಕ, ಪಾತ್ರೆ, ಬಟ್ಟೆ ಮೂಟೆ ಸಾಗಿ,
ಬೀರು ಮಂಚ
ತಮ್ಮ ಜಾಗ ಬಿಟ್ಟ ಮೇಲೆ,
ಅಡಗಿದ್ದ ಧೂಳಿನ ಉಂಡೆಗಳು
ಖಾಲಿ ಮನೆಯ ತುಂಬ ಹರಡಿಕೊಂಡವು
ಹೊರಟೆವು ಆ ಬಾಡಿಗೆಯ ಮನೆಯಿಂದ
ಅದೊಂದು ಕಟ್ಟಕಡೆಯ ಬಾರಿ
ಬೀಗ ಹಾಕದೆ
ಕಸವ ಗುಡಿಸದೆ

ಹೊಸ ಮನೆಗೆ
ಯಾವುದೇ ಹಳೆಯ ಸರಕು ತರಬಾರದೆಂದು
ಯಾರು ಯಾರಿಗೋ ಹಂಚಿಬಿಟ್ಟೆವು

ಮನೆಯೇನೋ ಹೊಸತು
ಆದರೆ ನಾವು?
ಎಂದಿಗಾದರು
ಹಳೆಯ ಬಾಡಿಗೆದಾರರು

ಮನೆ ಖಾಲಿ ಮಾಡುವ ದಿವಸ

ಹೊಸ ಮನೆಯ ತುಂಬಿಸಲು
ಇರುವ ಮನೆ ಖಾಲಿ ಮಾಡುವ ತಯಾರಿ
ಪಾತ್ರೆ ಪಟ ಪುಸ್ತಕ ಅರಿವೆಗಳ
ಕಪಾಟು ಸಜ್ಜೆಗಳಿಂದ ಕೆಳಗಿರಿಸಿ,
ಒಂದಕ್ಕೊಂದು ಹೊಂದುವಂತೆ
ಅದರದರ ಚೀಲದೊಳಗೆ ಜೋಡಿಸಿ,
ಎಲ್ಲ ಪರದೆಗಳ ಕಳಚಿದ ಮನೆಯ ನಗ್ನಾವಸ್ಥೆಗೆ
ಬೆಳಕು ಫಡಫಡಿಸಿತು
ನೋಡಿರಲೇ ಇಲ್ಲ ಯಾರನ್ನೂ ಯಾವುದನ್ನೂ
ಇಲ್ಲಿ ಇಷ್ಟೊಂದು ಕಣ್ಣರಳಿಸಿ

ಸಾಗಿಸಲು ಬಂದ ಆಳುಗಳು
ಎಲ್ಲ ಮೂಟೆಗಳ ಒಂದೊಂದಾಗಿ ಹೊತ್ತು
ಕೈಯಿಂದ ಕೈಯಿಗಿತ್ತು
ಇಳಿಸಿ
ಮಹಡಿ ಏರಿಳಿದು
ಖಾಲಿ ಮಾಡಿದರು ಅರೆತಾಸಿನಲಿ

ಬೋಳು ಮಾಡಬಾರದೆಂದು ಪೂರಾ
ಉಳಿಸಿ ಒಂದು ದೇವರ ಫೋಟೋ
ನೋಡಿ ಕೋಣೆ ಕೋಣೆ...
ಇನ್ನೇನು ಉಳಿದಿಲ್ಲ ತಾನೆ
ಮುಗಿಯಿತೆಲ್ಲ ಅವಸರ

ಎಲ್ಲರೂ ಹೊರಟ ಮೇಲೆ
ಹೊರಡುವ ಮುನ್ನ
ಕೊಂಚ ನಿಂತೆ
ಖಾಲಿ ಮನೆಯ ಕಣ್ಣು ತೆರೆದಿತ್ತು
ಬಾಗಿಲು ಚಾಚಿದಾಗ
ಮನೆ ಮೆಲ್ಲಗೆ
ರೆಪ್ಪೆ ಮುಚ್ಚಿತು,
ತನ್ನೊಳಗೆ ಉಳಿಸಿಕೊಂಡಿತು
ಅಲ್ಲೇ ತೀರಿ ಹೋದವರ ನಡಿಗೆಯ ಕೊನೆಯ ಹೆಜ್ಜೆ

ಬರುವ ಮೊದಲು ಹೇಗೋ
ಹೊರಡುವಾಗಲೂ ಹಾಗೇ
ಮನೆಯೆಂಬುದು ಗೋಡೆಗಳ ಆಚೆ

ಹಳೆಯ ಮನೆ

ಹಳೆಯ ಮನೆಗೆ ಹೋದೆವು
ಅಂಥ ವಿಶೇಷವೇನೂ ಇರದೆ
ಕರೆದು ಸತ್ಕರಿಸಿದರು
ಈಗಿರುವ ಯಜಮಾನರು –
'ಬನ್ನಿ ಬನ್ನಿ ಕುಳಿತುಕೊಳ್ಳಿ',
ಅಡ್ಡವಿದ್ದ ಟೀಪಾಯಿ ತಳ್ಳಿ,
'ಕಾಫಿ ನಿಪ್ಪಟ್ಟು ಏನಾದರು, ಚೂರು...
ಹೇಗಿಟ್ಟುಕೊಂಡಿದ್ದೇವೆ ನೋಡಿ
ನಿಮ್ಮ ಮನೆ' ಎಂದರು.

ಸೋಫಾದ ಜೋಡಣೆ ಅದೇ ರೀತಿ
ಥಂಡಿಗೆ ಬೆಂಡಾಗುತ್ತವೆ ಕಿಟಕಿ
ಹಾಕಿ ತೆಗೆಯಲು ಅದೇ ಫಜೀತಿ
ಫೋಟೋಗಳು ಕಡಿಮೆ; ಗಡಿಯಾರ ಕಿರಿದು
ಗೋಡೆಗಳ ಬಣ್ಣ ಬದಲಾಗಿದೆ
ಪರದೆ ಹಿರಿದಾಗಿದೆ

'ನಿತ್ಯ ಜಾತ್ರೆ ಜನಜಂಗುಳಿ ಇಲ್ಲಿ
ಕಿಕ್ಕಿರಿವ ವಾಹನಗಳ ಸದ್ದು
ಹೋದ ಮೇಲೆ ಇಲ್ಲಿಂದ ಇಷ್ಟು ವರ್ಷವಿದ್ದು
ಹೇಗೆ ಒಗ್ಗಿತು ಅಲ್ಲಿನ ವಿಪರೀತ ಏಕಾಂತ?

ಇವೆಯೇ ಹತ್ತಿರದಲ್ಲೇ
ಹಾಲು ತರಕಾರಿ ಅಂಗಡಿ?
ಸಿಗುತ್ತವೆಯೇ ಬೇಕೆಂದಾಗ ಆಟೋ?
ಇರುತ್ತಾರೆಯೇ ಡಾಕ್ಟರು?'
ಕುಶಲೋಪರಿ ಮುಗಿಯುವಾಗ ಮಧ್ಯಾಹ್ನವಾಗಿತ್ತು

ಊಟ ಮಾಡಿಯೇ ಹೋಗಿ ಎಂದು
ತುಂಬ ಉಪಚರಿಸಿದರು
ದಿನವೂ ಉಣ್ಣುತ್ತಿದ್ದ
ನಾವಿದ್ದ ಮನೆಯಲ್ಲೇ ನಾವೀಗ ನೆಂಟರು

ಬಯಲು ಆಲಯದೊಳಗೋ

ಖಾಲಿ ಗೋಡೆಗೆ ದಿನಕ್ಕೊಂದು ಫೋಟೋ
ಅಂಟಿದಂತೆ ಕುಳಿತಿರುತ್ತವೆ
ಬಣ್ಣಬಣ್ಣದ ಕೀಟ
ನೆಲಕ್ಕೆ ರಂಗೋಲಿ ಇಟ್ಟಂತೆ
ಹುಳ, ಹುಪ್ಪಟೆ
ಚಾವಡಿ ಒಳಮನೆಯ ಅಲಂಕಾರಕ್ಕೆ
ನುಸಿ, ಹಾಂತಿ, ಚಿಟ್ಟೆ
ಎಂದೂ ನೋಡಿರದ ಜಾತಿಯ ನೊಣ
ಅಂಗಳದಲಿ ಹೆಸರು ಗೊತ್ತಿರದ ಹಕ್ಕಿ
ಜೊತೆಗೆ ರತ್ನಪಕ್ಷಿ, ಮೈನಾ

ಮನೆಯೆದುರು ವಿಸ್ತಾರ ಹಬ್ಬಿರುವ ಬಯಲಿನಲಿ
ಬಿಸಾರಾಗಿ ಬೆಳೆದ ಕಳೆ
ಮಂದಾರ, ಈಚಲು, ಕಣಗಿಲೆ
ಹಳದಿ ಹೂವಿನ ಬೆಂಡೋಲೆ ತೊಟ್ಟ
ರಸ್ತೆ ಬದಿಯ ಮರಗಳ ಸಾಲು
ಮನೆಯೊಳಗೆ ಅವುಗಳ ಬಣ್ಣದ ನೆರಳು

ಸಂಜೆ ವಿರಾಮದಲಿ ಬಾಗುತ್ತೆ
ಹೊಂಗೆ ಮರದ ಟೊಂಗೆ
ನೆತ್ತಿಗೆ ಮುತ್ತಿಡುವಂತೆ
ತಂಪಾಗಿ ಇರಿಯೆಂದು ಹರಸುವಂತೆ

ಎಲ್ಲರೂ ಮಲಗಿದ ಮೇಲೂ ಎಚ್ಚರಿದ್ದು
ಸರ್ಕೀಟಿನ ಸದ್ದು ಸುರಿಸುತ್ತೆ
ಕಾವಲುಗಾರ ಜೀರುಂಡೆ ಬಳಗ

ಎಲ್ಲ ತೆರನಾಗಿ ಮನೆಯೊಳಗೆ
ತುಸುತುಸುವೇ ನುಸುಳಿದೆ ಬಯಲು
ಹಬ್ಬಿಕೊಂಡಿದೆ ಮನೆ
ತಾರಸಿಯ ಮೇಲೆ ತಾರೆಗಳವರೆಗು

ಮರಳಿ ಯುಗಾದಿ

ಎಂದಿಗೂ ಬಿಟ್ಟುಹೋಗೆನೆಂದು
ಮುತ್ತಿಕೊಂಡಿದ್ದ ಎಲೆಗಳು
ಬಾಡಿ, ಒಣಗಿ, ಉದುರಿವೆ
ಒಂಟಿಯಾಗಿ ನಿಂತಿದೆ ಮರ–
ಖಾಲಿ ತಂತಿಗಳ ಗೊಂಚಲು
ಗಾಳಿ ಮಳೆ ಬೀಸಿದರೂ ಅಲುಗದು

ಆ ಮರದ ನೆರಳು ಹೊರಚೆಲ್ಲಿ
ನಿಂತಿರುವ ನೆಲ ಕರಕಲಾಗಿ
ಮೆತ್ತಿಕೊಂಡಿದೆ ಸೂತಕದ ಛಾಯೆ
ಕೋಗಿಲೆ ಸುಳಿಯದು
ಉಳಿದಿರುವ ಪ್ರಾಣ ತೊರೆಯುವುದನ್ನೇ ಕಾಯುತ್ತ
ಸುತ್ತುತ್ತಿದೆ ಹದ್ದು ನೆತ್ತಿ ಮೇಲೆ

ಎಲ್ಲ ನೆರಳುಗಳ ನುಂಗಿದ ಇರುಳು,
ಯಾರ ಕಣ್ಣೂ ಬೀಳದ ಗಳಿಗೆ,
ಗಿಳಿ ಕಚ್ಚಿ ಮೂಡಿದ ಗಾಯದಂತೆ
ತಿಳಿ ಮುಂಜಾವಿನಲಿ ಕಾಣಿಸಿತೊಂದು
ಎಳೆ ಬಿಸಿಲಿಗೆ ಮಿರಮಿರನೆ ಹೊಳೆವ ಹಸಿರು ಚುಕ್ಕಿ.
ಯಾವ ಹನಿ ಯಾರ ಉಸಿರು?
ಹೇಗೋ ತಿಳಿಯದು ಜೀವದ ಜಾದು
ಎಲ್ಲ ಮುಗಿದ ಮೇಲೂ
ಲಲ್ಲೆಗರೆವ ಕೊನರು

ಒಂದೇ ದಿನ ಒಂದೇ ಇರುಳು
ಮೈದುಂಬಿತು ಹಸಿರು ಮಂದೆಮಂದೆಯಾಗಿ
ಹಬ್ಬಿತು ಒಲವಿನ ಸೋಂಕು...
ಕಲಿ(ಳಿ)ತ ಮಾತುಗಳೇ ಹೊಸ ಮಿಳಿತದಲಿ ಅನುರಣಿಸಿದಂತೆ
ವಸಂತದ ಹೊಸ್ತಿಲಲಿ ಒಂದು ಕವಿತೆ!

ಬಯಲು ಶಿವ

ಬಳ್ಳಿ ಕೊರಳಿನ ಹಾವು
ತುಂಬಿರುವ ಹೂ ಅಂಬರ
ನುಸಿ ಭೃಂಗಗಳ ಡಮರುಗ
ನಿಶ್ಚಲವ ಕಲಕಿದ ಹಕ್ಕಿ ಮೂರನೆಯ ಕಣ್ಣು
ಮರಮರವು ಲಿಂಗರೂಪ
ನೀಲಿಗಟ್ಟಿದ ಆಗಸವೇ ವಿಷ ಹಿಡಿದ ಕಂಠ
ಮಿಂಚಿನ ಶೂಲ
ಮೋಡಗಳ ಜೋಳಿಗೆ
ನಾವಿತ್ತ ನಿರ್ಮಮದ ಮಾತುಗಳ ಬಿಕ್ಕೆಗೆ
ಮಳೆ ನಿನ್ನ ಭಾಷ್ಪ!

ಬದರಿ

ಭೂಮಿ ಹೂವಿನ ದಳಗಳಾಗಿ
ಪರ್ವತಗಳು ಅರಳಿವೆ
ಒಡಲ ತುಂಬ ಹಬ್ಬಿ
ಭುಜಕೆ ಭುಜವ ತಬ್ಬಿ
ಏರಿ ತೊರೆದ ಸೂರ್ಯನನ್ನು
ಕತ್ತನೆತ್ತಿ ಚುಂಬಿಸಲು
ಬಾನೆತ್ತರ ನಿಂತಿವೆ

ಇಷ್ಟು ಸಣ್ಣ ಕಣ್ಣ ಗುಡ್ಡೆ
ಅಷ್ಟು ದೊಡ್ಡ ಮಣ್ಣ ಗುಡ್ಡೆ
ಅದರ ಗಾತ್ರ ಇದಕೆ
ಇದರ ಗಾತ್ರ ಅದಕೆ
ಹೇಗೊ ಕೂಡಿ ಹೊಂದಿಕೊಂಡು
ನೋಡುತಿದೆ ಒಂದನೊಂದು
ರೆಪ್ಪೆ ಮುಚ್ಚದೆ

ಬೆಟ್ಟ ಸಾಲು ಹೀಗೆ ನನ್ನ
ನೋಡುವಾಗ ಮೂಕವಾಗಿ
ಮನಸು ಮೆದುಮೆದು ಹೂವು
ಮೈಯ ಮರೆತ ಎಚ್ಚರದಲಿ
ಕಣ್ಣು ದಳದಳವಾಗಿ
ಕವಿತೆ ಹೆಡೆ ಬಿಚ್ಚಿದ ಹಾವು

ಶಬ್ದದೊಳಗಣ ನಿಶ್ಶಬ್ದ

ಬಾನಿನ ಗುಡುಗು
ಹಕ್ಕಿಯ ಗುನುಗು
ಗುಹೆಯೊಳಗೆ ಅವಿತಿದ್ದ ಮನುಷ್ಯನ
ಅಲುಗಿಸಿದ ಮೊದಲ ಕಂಪನ

ಅಲಾರಾಮಿನ ಸದ್ದಿಗೆ ಬೆಳಗಾಗುವುದು,
ಮೂರನೆಯ ಶೀಟಿಗೆ ಒಲೆ ಆರಿಸುವ ಎಚ್ಚರ,
ಒದ್ದೆಯಾಗದಿರಲೆಂದು ಒಣಗಿದ ಬಟ್ಟೆ-
ಓಡುವುದು ಕೇಳಿದೊಡನೆ ಮಳೆಯ ಸಪ್ಪಳ,
ನಿದ್ದೆ ಬಾರದು ಕೆಲವರಿಗೆ ಫ್ಯಾನು ತಿರುಗುವ ಸದ್ದಿರದೆ,
ಪಕ್ಕ ಸರಿಯೆಂದು ತಲೆಯ ಮೇಲೆ ಆಂಬುಲೆನ್ಸಿನ ಸೈರನ್ನು,
ಮುಂದೆ ಚಲಿಸೆಂದು ಬೆನ್ನ ಮೇಲೆ ಗುದ್ದುವ ಹಾರನ್ನು,
ಯಾವ ಕರೆ ಬರದಿದ್ದರೂ ಒಮ್ಮೊಮ್ಮೆ
ಫೋನು ರಿಂಗಾದ ಭ್ರಮೆ
– ಶಬ್ದಗಳೇ ಅಡಿಗಡಿಗು
ಆಡಿಸುತ್ತಿವೆ ನಮ್ಮನ್ನು

*

ವಿಮಾನ ನಿಲ್ದಾಣದ ಏಸಿ ಹವೆ
ಬಾಡುತ್ತಿವೆ ಕಣ್ಣಿನೆವೆ
ಅಲುಗುತ್ತಿರುವ ಗಿಡ-ಮರಗಳ ಎಲೆ
ಕೃತಕವೊ ಸಹಜವೊ – ತಿಳಿಯದು

ಎಷ್ಟು ಹತ್ತಿರ ನಿಂತರೂ
ಆ ಟೊಂಗೆಗಳ ನಾಲಗೆಯಂಥ ಎಲೆಗಳು ಅದುರುತ್ತಿರುವಂತೆ
ಕೇಳುತ್ತವೆ ಅಲ್ಲಿನ ಮನುಷ್ಯರ ಭಾಷೆ
ಒಂದರೊಳಗೊಂದು ಬೆರೆತು
ಹಲವು ದೇಶ ಹಲವು ಭಾಷೆ
ಎಲ್ಲ ಭಾಷೆಯೂ ಒಂದೇ:
ಅರ್ಥಕ್ಕೆ ಹಾತೊರೆದು
ಅರ್ಥಕ್ಕೇ ಕುಸಿದ ಬಾಣ

ಆ ಭಾಷೆಯ ಹಿಂದಿರುತಾನೆ ಅದನ್ನಾಡುವವ
ಅಥವ ಒಳಗೆ
ಅಥವ ಅವನ ಒಳಗಿಂದ ಭಾಷೆ
ಮನುಷ್ಯ ಮತ್ತು ಭಾಷೆ
ಹಿಂದೆ–ಮುಂದೆ ಒಳಗೆ–ಹೊರಗೆ
ವಿವಿಧ ಭಾಷೆಯ ತರಂಗಗಳ ಸಂಕರದಲಿ
ಅದ್ದಿ ಬಿದ್ದಿರುವ ಜನಜಂಗುಳಿ
ಮನುಷ್ಯ ಭಾಷೆಯನ್ನಲ್ಲ
ಭಾಷೆಯೇ ಮನುಷ್ಯನ ಹೊತ್ತು ತಿರುಗುತ್ತಿದೆ ಇಲ್ಲಿ

ಭಾಷೆ ಮರೆತವರ ಹಾಗೆ
ಮೊಬೈಲು ಟ್ಯಾಬುಗಳಲಿ ಮುಳುಗಿರುವವರ ಮಧ್ಯೆ
ಆಡುತ್ತಿರುವನು ತಂದೆ ಮಗನೊಂದಿಗೆ ಇಸ್ಪೀಟು
ಶೂಗಳ ಕಳಚಿ ಆರಾಮ ಕುರ್ಚಿಯಲಿ ಒರಗಿ
ಆಡುತ್ತಲೇ ಕಲಿಸುತ್ತಾನೆ
ಮಾತನಾಡುತ್ತ ಆಡುತ್ತ ಒಂದು ಹಂತ
ಮಾತಿಲ್ಲದೆ ಕಲಿಸುವುದು ಮುಂದಿನ ಹಂತ

ನೋಟ ಚರ್ಯೆ ಆಂಗಿಕದಲಿ
ಅರಸುವನು ಆಟದ ಸ್ಥಿತಿ
ಬೆದಕುವನು ಮನಸಿನ ವ್ಯೂಹ
ಬಿದ್ದ ಎಲೆಗಳ ಗಮನಿಸಿ
ಅದೋ ಈಗ
ತಂದೆಯ ಚಾತುರ್ಯ ತಿಳಿದ ಮಗ
ಎಣಿಸಿಯೇ ಇರದ ಎಲೆ ಹಾಕಿದಾಗ–
ಆಟ ಕಲಿಸಿದ ತಂದೆಗು
ಎಲ್ಲಿಲ್ಲದ ಪುಳಕ; ಬೆರಗು

ಪದಗಳು ಮುಖಗಳು

ಅಜ್ಜ, ಅಪ್ಪ,
ದೊಡ್ಡಪ್ಪ, ಚಿಕ್ಕಪ್ಪ,
ಅತ್ತೆ, ಮಾವ,
ಅಮ್ಮ, ದೊಡ್ಡಮ್ಮ
ಇನ್ನೂ ಎಷ್ಟೊಂದು...

ದಿನಗಳು ಕಳೆದಂತೆ
ಒಂದೊಂದೇ ಪದಗಳು
ಕೊರಳಿಂದ ಕಳಚಿ ಬಿದ್ದು
ಕಿವಿಯಲ್ಲಷ್ಟೇ ಉಳಿಯುತ್ತವೆ;
ಗುರಿ ಕಾಣದೆ ಹೂಡಿಕೊಂಡಿರುತ್ತವೆ
ಗಂಟಲಿನ ಬಿಲ್ಲಿನಲಿ

ಹಾಗೊಮ್ಮೆ ಆರಿಸಿ ಆದರಿಸಿ
ಹಿಂದೆ ಕರೆಯುತ್ತಿದ್ದ ಹೆಸರುಗಳ ಕರೆದರೂ
ಓಗೊಡುವವರಿಲ್ಲ
ತೇಲುತ್ತವೆ ಅನಾಶ್ರಿತವಾಗಿ

*

ಎದೆಯೊಳಗಿನ ಹಾಳೆ ಮಗಚುತ್ತ
ಪದಗಳ ನೀವುತ್ತ

ಕೊರಳಿಂದ ದನಿ ಚಾಚಿದರೆ
ಮನದ ಬಾಗಿಲ ಹಿಂದಿನ ಹ್ಯಾಂಗರಿನಲಿ
ಒಂದರ ಹಿಂದೊಂದು ಅಪ್ಪಿ ನಿಂತಿವೆ
ಒಂದೇ ಹೆಸರಿನ ಹುಕ್ಕಿಗೆ ತೂಗಿ
ಥರಾವರಿ ಬಿಂಬಗಳ ಅಂಗಿ

ಫೋನಿನ ಕೆನ್ನೆ ಸವರುತ್ತ
ಕೂಡಿಟ್ಟ ನಂಬರುಗಳ ಪಟ್ಟಿ ತೆರೆದರೆ
ಮುಖ ಮರೆತ ಹೆಸರು
ಮಾತು ಮರೆತ ಹೆಸರು
ಕರೆಯಲಾಗದ; ಕರೆದರೂ ಸ್ವೀಕರಿಸದ ಹೆಸರು
ಉರುಳುರುಳಿ ಸ್ಕ್ರೋಲಾಗುತ್ತಲೇ ಇರುವುದು
ಡಿಲೀಟು ಮಾಡಲೂ ಮನಸ್ಸಾಗದು

*

ಗೊತ್ತಿರುವ ರಸ್ತೆಯಲಿ ಗೊತ್ತಿರದೆ ಬಿದ್ದ ವಸ್ತುವನು
ಕರೆದು ಕೊಟ್ಟವರು
ಸ್ಕಿಡ್ಡಾಗಿ ಬಿದ್ದಾಗ ಹೆಗಲು ಕೊಟ್ಟವರು
ಪೆಟ್ಟಾದಾಗ ನೀರು ತಂದವರು
ಬೇಕಾದಾಗ ನಿಂತು ಚಿಲ್ಲರೆ ಕೊಟ್ಟವರು
ಯಾವುದೇ ಕರಾರಿಲ್ಲದೆ
ಕರಾರುವಕ್ಕಾಗಿ ದಾರಿ ತಿಳಿಸಿದವರು
ಒಮ್ಮೆ ಕಂಡು ಇನ್ನೆಂದೂ ಕಾಣದವರು
ಹೆಸರು ಕೇಳದವರು

ಕೇಳಿದರೂ ಎಷ್ಟು ಹೆಸರು ನೆನಪಿರಬಹುದು
ಕೇಳದಿದ್ದರೂ ಎಷ್ಟು ಮುಖ ಗುರುತಿದೆ ಇನ್ನೂ

ಎಷ್ಟೊಂದು ಪದಗಳಿವೆ ಒಮ್ಮೆ ಕೇಳಿ ಮತ್ತೆ ಕೇಳದೇ ಹೋದದ್ದು
ಒಮ್ಮೆ ಬಳಸಿ ಮತ್ತೆಂದೂ ಉಚ್ಚರಿಸದೇ ಹೋದದ್ದು
ಕರ್ಣನ ಬಾಣದಂತೆ
ಒಮ್ಮೆ ಕೇಳಿ ತಿಳಿದು ಇನ್ನೆಂದೂ ಬಳಸದಿದ್ದ ಪದಗಳೆಲ್ಲ ಒಟ್ಟಾಗಿ
ಬಂದರೆ
ಕೂರುತ್ತವೆ ಅದರದರ ಅರ್ಥದ ಆಸನದಲ್ಲಿ
ಇದುವರೆಗೆ ಕಂಡ ಮುಖಗಳೆಲ್ಲ ಒಟ್ಟಾಗಿ ಬಂದರೆ?
ಯಾವ ಮುಖ ಯಾವ ಹೆಸರು ಯಾವ ಸ್ಥಳ
ಯಾರದಿದು ಕಂಡಿರುವುದೆಲ್ಲಿ
ಎಣಿಸುತ್ತಲೇ ಇರುತ್ತೇವೆ

ಸಾಗುತ್ತಲೇ ಇದೆ ಕಾಲ
ಕ್ಷಣಿಕ; ಧೀರ್ಘ; ಜಟಿಲ

ನೆನಪಿನಲಿ ನಿಲ್ಲದಿದ್ದರೂ ಹೊಸಹೊಸ ಮುಖ ಕಾಣಿಸುತ್ತಲೇ ಇದೆ
ಮರೆಯದಿದ್ದರೂ ಪದಗಳು ಕೊರಳಿಂದ ಕಳಚಿ ಬೀಳುತ್ತಲೇ ಇದೆ

ಹಗುರ ಹಕ್ಕಿಗಳು

(ಹಕ್ಕಿಗಳಲ್ಲಿ ಗುಬ್ಬಚ್ಚಿ
'ಹ' ದಷ್ಟೇ ಹಗುರ
– ಎಸ್. ಮಂಜುನಾಥ್)

ಬಳ್ಳಿ ಹಕ್ಕಿಯ ಕೊಕ್ಕಿನಲಿ ಒಣಹುಲ್ಲು
ಅದ ನೋಡುವಾಗೆಲ್ಲ ಅನ್ನಿಸುವುದು
ಗುಬ್ಬಚ್ಚಿ ಅದೆಷ್ಟು ದೊಡ್ಡ ಹಕ್ಕಿ!
'ಹಗುರ'
ಎಂಬ ಪದವೇ ಭಾರ
'ಹ್' ಎಂದರೂ ಹಾರಿಹೋಗಬಹುದು...

*

ತೇಲಿ ಬರುತಲಿದೆ ಪುಕ್ಕ
ಇನ್ನೂ ಇಳಿಸಿ
ಹಕ್ಕಿಯ ತೂಕ

*

ಹಾರಿಹೋಯಿತು ಹಕ್ಕಿ
ಆಗಸದಲಿ ಲೀನವಾದಂತೆ
ಮಂಜಿನ ಹೊಗೆ

*

ತಂತಿ ಮೇಲೆ ಕುಳಿತ
ತೆಳುವಾದ ಹಕ್ಕಿ ಬಾಯಲ್ಲಿ
ಎತ್ತಿ ಹಿಡಿದಿದೆ

ನೂಲಿನಂತಹ ಕಡ್ಡಿ
ಇಲ್ಲಿನ ತೃಣತೃಣಕು
ಎಂಥ ಘನತೆ!

*

ಉರಿ ಹತ್ತಿದೆ ರೆಕ್ಕೆಗೆ
ನಶೆ ಏರಿದೆ ಗಾಳಿಗೆ
ತೂಗುತ್ತಿದೆ ಗೂಡು
ಎಷ್ಟು ಹೊತ್ತಾದರೂ
ಸುಮ್ಮನಿರುವುದೇ ಖುಷಿ
ಸಿಗದಿದ್ದರೂ ಹಾಡು

*

ಹಕ್ಕಿ ಹಾರುತಿದೆ ಎತ್ತರ
ತಲೆಯೆತ್ತಿ ನೋಡಿದರೆ
ಆಕಾಶವೆ ಪಂಜರ

*

ಆಸೆಗಳ ಬಿಸಿಲನು
ಗುಡಿಸಿಹಾಕಿದ ಮೋಡ
ಹಕ್ಕಿ ಹಾರಿಹೋದ
ಸಂಜೆ ಆಗಸ
ಬರೆಯಬೇಕೆನಿಸದ ಕವಿತೆ

*

ಎಲೆಯ ನೆರಳಿನಂಥ
ಪುಟ್ಟ ಒಂಟಿ ಹಕ್ಕಿ
ಮೇಲೆ ದೂರದಲಿ
ನಿಶ್ಶಬ್ದ ಅದರುವ

ರೆಕ್ಕೆ ಬಡಿತ
ತಿಳಿಯಾದ ನೀಲಾಕಾಶ ತನ್ನ
ಎದೆಗಣ್ಣ
ರೆಪ್ಪೆ ಮಿಟುಕಿಸುತ್ತ
ಕರೆವ ಹಾಗೆ ಬಾ ಇತ್ತ ಇತ್ತ..

*

ಆಕಳಿನ ಮೈಮೇಲೆ ಗೋರಂಖ ಹಕ್ಕಿ
ಉಣ್ಣೆಗಳ ಹೆಕ್ಕುವಾಗ
ಕುಕ್ಕಿದರು ಚುಚ್ಚದ ಹಾಗೆ
ಕೊಕ್ಕಿನ ಬೀಸು
ಯಾವ ಪರಿವೆಯಿಲ್ಲದೆ ಮೇಯುತ್ತಿರುವ ಆಕಳು
ಕೊರಳಿನ ಗೆಜ್ಜೆಸರ ನಿನಾದ
ಹಕ್ಕಿ ಮೌನ

*

ದಿಕ್ಕು ದಿಕ್ಕಿನಲಿ ಹಕ್ಕಿ
ಅಶರೀರವಾಣಿ
ಚಕಿತದಲಿ ರೆಕ್ಕೆ ತೆರೆದ ಕಣ್ಣು
ಲೋಕವೆಲ್ಲ ಆಕಾಶ

*

ಕಲರವಗಳು
ದಿಕ್ಸೂಚಿ ಮುಳ್ಳು
ಎಲೆ ಸಾವಿರ ರೆಪ್ಪೆ
ಹಕ್ಕಿ ಮರದ ಕಣ್ಣು

*

ಚೂರಿ ಹಕ್ಕಿ
ನನ್ನೆದೆಯ ಹೊಕ್ಕಿ
ಇರಿದ ದನಿ
ಮಾತು ತೀರಿತು

*

ಓಡುತ್ತಿದ್ದ ಪುಟ್ಟ ಹುಡುಗ
ಹಕ್ಕಿ ಕೂಗುವುದ ಕೇಳಿ ಗಕ್ಕನೆ ನಿಂತ
ದನಿ ಬಂದ ಕಡೆ ಹುಡುಕಿದ

ಏನೂ ಕಾಣಲಿಲ್ಲ
ಮತ್ತೆ ಕೂಗಿತು ಹಕ್ಕಿ
ತಾನೇ ಮರವಾದ

*

ಹುಲ್ಲು ಹಕ್ಕಿ
ಒಂದೊಂದೇ ಹುಲ್ಲುಕಡ್ಡಿ ತಂದು
ಜೋಪಾನವಾಗಿ ಕಟ್ಟಿದ್ದ ಗೂಡು
ಅಂದು ಸಂಜೆ ಮರಳಿದಾಗ
ಇರಲೇ ಇಲ್ಲ...

ಹಕ್ಕಿಯ ಕಣ್ಣೀರನ್ನು
ಯಾರಾದರು ಕಂಡಿದ್ದೀರೇನು?

*

ದೊಡ್ಡ ದೊಡ್ಡ ಇಮಾರತುಗಳ ಮೇಲೆ
ಹಕ್ಕಿಗೂಡಿನ ಬಯಕೆ
ಕಡ್ಡಿ–
ಕಸ

ಖಾಲಿ ಅಂತರಾಳ

ನನಗೂ ಸಾಕುವ ಆಸೆ ನಮ್ಮ ಮನೆಯಲ್ಲಿ
ಪಕ್ಕದ ಮನೆಯ ಪಾರಿವಾಳ ನೋಡುತ್ತ,
ಗೂಡು ತಯಾರು ಮಾಡಿ ಹೊರಟೆವು
ರಸೆಲ್ ಮಾರ್ಕೆಟ್ಟಿಗೆ ವಿಸಲ್ ಹಾಕುತ್ತ

ಬಣ್ಣ ಯಾವುದಾದರೂ, ಕಣ್ಣು ಮಾತ್ರ
ಕೆಂಪು ಬೇಡ– ಜಂಗ್ಲೀ ಜಾತಿ
ಸಾಕಬಾರದು ಮನೆಯೊಳಗೆ, ಅನಿಷ್ಟ!
ಸಾರಿ ಹೇಳಿದನು ಗೆಳೆಯ ರೀತಿನೀತಿ

ಬಿಳಿ, ಕಪ್ಪು, ಕಂದು, ನೀಲಿ,
ಮೇಲೆ ಕೆಳಗೆ ತಿರುಗಿಸಿ ನೋಡಿ
ಕಂದು ಇರಲೆಂದು ಆರಿಸಿ ತಂದೆವು
ಚಾಕ್ಲೇಟು ಕೊಳ್ಳದೆ ಕೂಡಿಟ್ಟ ಕಾಸು ನೀಡಿ

ಶುರುವಾಯ್ತು ಮನೆ ತುಂಬಿಸುವ ಕೆಲಸ
ತಾರಸಿಯ ಮೇಲೆ ಗೂಡಿನ ಸುತ್ತ ಕುಳಿತು
ಅವನ ಕೈಯಿಂದ ಇವನ ಕೈಗೆ ದಾಟಿಸುವಾಗ
ಗೂಡು ತುಂಬುವ ಮೊದಲೇ ಹಕ್ಕಿ ಹಾರಿಹೋಯ್ತು

ಇದು ನಿನಗಲ್ಲವೆಂದು ಆಕಾಶ ಕಸಿದುಕೊಂಡಿತ್ತು,
ಹಾರುತ್ತ ಮರೆಯಾದಂತೆ ಹಕ್ಕಿ– ಖಾಲಿ ಅಂತರಾಳ
ಎಲ್ಲರ ಎದೆಯೊಳಗೂ ಉಳಿದಿರಬಹುದು ಇಂಥ
ಬಾಲ್ಯದಲಿ ಕೈ ತಪ್ಪಿ ಹಾರಿಹೋದ ಪಾರಿವಾಳ

ಮೆಟ್ರೊ ಸಂತೆ

ಝಿಪ್ಪೆಳೆದ ಹಾಗೆ ಸಾಗಿದೆ ಮೆಟ್ರೊ ರೈಲು
ಊರ ಚೀಲದೊಳಗೆ ತೆರೆದು ತೋರುತ್ತ ಚಿತ್ರಸಂತೆ:
ಗುಲ್‌ಮೊಹರ್ ಹೂಗಳ ಸವರಿ
ಚರಂಡಿಯಲಿ ಹೊಳೆವ ಸೂರ್ಯ,
ಬಹುಮಹಡಿಗಳ ಕ್ಯಾನ್ವಾಸಿನಿಂದ ಸರಿದು
ಜೋಪಡಿಗಳ ಮೇಲೆರಗುವ ನೆರಳು,
ಕಿತ್ತಲೆ ಬಣ್ಣದ ಟ್ಯುಲಿಪ್ ಹೂಗಳ ಬುಟ್ಟಿಯಲಿ
ಅವಸರದಲಿ ಬಂದುಹೋದ ಗೆಳತಿಯ ನೆನಪಿನಂಥ ಹನಿಗಳು,
ನಾನಾ ಭಾಷೆಯ ಬೋರ್ಡುಗಳ ಹೊದ್ದ ಆಕಾಶವನು
ನಗ್ನಗೊಳಿಸಿದೆ
ಹರಿದು ಜೋಳುತ್ತಿರುವ ಹೋರ್ಡಿಂಗಿನ ಪರದೆ,
ಬಿಡುವಿಲ್ಲದೆ ಹಬ್ಬುತ್ತಿರುವ ಕಾಂಕ್ರೀಟು ಚೌಕಟ್ಟುಗಳ ನಡುವೆ
ಇಟ್ಟಿಗೆಗಳ ಜೋಡಿಸಿ ಅರ್ಧಕ್ಕೇ ನಿಲ್ಲಿಸಿದ ಕಟ್ಟಡ...

ನಾನಾ ನಮೂನೆಯ
ಸಿದ್ಧಾಂತದ
ಧರ್ಮದ
ಜಾತಿಯ
ನಂಬಿಕೆಯ
ಗ್ರಹಿಕೆಯ
ಅನುಭವದ
ಆಗ್ರಹದ

ಜನರು ಕುಳಿತಿದ್ದಾರೆ ಒಳಗೆ:
ಒಬ್ಬರ ಉಸಿರು ಮತ್ತೊಬ್ಬರಿಗೆ ತಾಕದಂತೆ ಮಾಸ್ಕು,
ಕಣ್ಣೋಟಗಳು ಸಂಧಿಸದಂತೆ ಮೊಬೈಲು,
ಬಂದವರು ಯಾವ ನಿಲ್ದಾಣದಲಿ
ತೊರೆದು ಹೋಗುವರೆಂದು ತಿಳಿಯದೆ
ಎಲ್ಲರೂ ಜೊತೆಯಾಗಿ ಸಾಗುತ್ತಿರುವ ಒಂಟಿ ಪಯಣಿಗರು

ಹೊರಗೆ ಒಳಗೆ
ಒಳಗೆ ಹೊರಗೆ
ಖಾಲಿಯಾದಂತೆ ತುಂಬುವುದು ಮತ್ತೆ ಗುಂಪು
ಹೊರಳಿ ಹಿಂದಿರುಗಿ ನೋಡದ ಧಾವಂತ

ಅಸಂಖ್ಯ ಅಂಗೈಯ ಪಸೆ ಅಂಟಿರುವ ಹ್ಯಾಂಡಲ್‌ಗಳು
ದಟ್ಟಣೆ ಕರಗಿದ ಅಪವೇಳೆಯಲಿ
ಸಣ್..ಣಗೆ ಅಲುಗುತ್ತ ನಲಿಯುತ್ತವೆ
ತನ್ನದೇ ಗುಂಗಿನಲಿ
ನಿರಾಳದಲಿ...

ಎಸ್ಕಲೇಟರ್

ತಲುಪಬೇಕಿರುವ ತಾಣ ಹೊರಡುವಾಗಲೇ ನಿಗದಿಯಾದಂತೆ
ಕಾಲುಗಳು ಚಲಿಸುತ್ತಿವೆ, ಗೊಂಬೆಗೆ ಚಾವಿ ತಿರುಗಿಸಿ ಬಿಟ್ಟಂತೆ
ದಿನದಿನವು ಹತ್ತಿಳಿಯುವ ಎಸ್ಕಲೇಟರಿನಲಿ; ಎದುರು
ಸುಳಿದು ಹೋದ ಮುಖಗಳೆಷ್ಟೋ? ಒತ್ತಲಾಗದೆ ಮೊಹರು

ಚಿರಪರಿಚಿತ ಹಾದಿಯಲಿ ಅರೆಪರಿಚಿತ ಚಹರೆ
ನಗದಂತೆ ತಡೆಯುತ್ತಿದೆ ಯಾವ ಅಂಜಿಕೆ ಪಹರೆ?
ನಿರುಕಿಸುತ್ತಲೇ ಕರುಣಿಸಿತು ಹೊಳಪು, ಕಣ್ಣುಗಳ ಕಾವು
ಮುನ್ನಡೆಯದಂತೆ ಹಿಡಿದ ಜೋಮು; ಯಾಕಿಂಥ ಬಿಗುವು!

ಕಂಡ ಹಾಗೆ ಎಲ್ಲೋ ಒಮ್ಮೆ; ಕಾಣಬೇಕೆನಿಸಿದೆ ಮತ್ತೆ ಮತ್ತಿನ್ನೂ
ಗುರುತು ಸಿಗದೆ ಮರೆತು ಬಿಡದೆ ತುಳುಕಾಡುತಿದೆ ಕಣ್ಣು
ಬಿಡದಂತೆ ಕಾಡಿತ್ತು ಜಡಿಮಳೆ ಒಂದೇ ಸಮನೆ
ಆ ದಿನವೇ ಕೆಟ್ಟು ನಿಂತಿತ್ತು ಎಸ್ಕಲೇಟರನ ಚಲನೆ

ಹತ್ತುವಾಗ ಇಳಿಯುವಾಗ ಕಾಣುವೆವು ಒಬ್ಬರನ್ನೊಬ್ಬರು
ನೆಲೆ ಕಂಡ ಮೇಲೆ ನೀ ಯಾರು ನಾ ಯಾರು
ಒಂದು ಬಿಂದುವಿನಲಿ ಸಂಧಿಸುವವರೆಗೆ ಕಣ್ಣೋಟದ ಸೋಪಾನ
ಅದಕ್ಕೆಂದೇ ಅಂದಿನ ನಡಿಗೆ ಎಂದಿಗಿಂತಲು ನಿಧಾನ

ಕಾಣುತ್ತಿರುವುದೆಲ್ಲ ಕಂಡ ಹಾಗೆಯೇ ಇದೆ ಹಿಂದೊಮ್ಮೆ
ಕಂಡಿರುವುದೆಲ್ಲ ಕಂಡ ಹಾಗಲ್ಲ; ಕಣ್ಣಿಗೆಟುಕದ ಮಹಿಮೆ
ಕೋಟಿ ಗೆಲಾಕ್ಸಿಗಳ ಎಸ್ಕಲೇಟರನು ದಾಟಿ ಎದುರಾಗಿದ್ದೇವೆ ಯಾಕಿಲ್ಲಿ
ಬೇರೆ ಬೇರೆ ಮೆಟ್ಟಿಲಿನಲಿ ನಿಂತಿದ್ದೇವೆ; ಒಂದಾಗಬಾರದೇ ನಗು ಚೆಲ್ಲಿ

ಟ್ರಾಫಿಕ್ ಜಾಲ

ಹೆದ್ದಾರಿಗಳ ನುಂಗಲು ಬಂದ ಹೆಬ್ಬಾವಿನಂತೆ
ನಡುಮಧ್ಯಾಹ್ನದಲ್ಲೆದ್ದ ಕಡುಗಪ್ಪು ಮೋಡ
ಮಳೆಯ ಸೂಚನೆ ಇರಲಿಲ್ಲ ಹೊರಡುವವರೆಗು
ಟ್ರಾಫಿಕ್ಕಿನ ನೂಲು ಹೆಣೆಯುತಿದೆ ಮಹಾನಗರಿ ಜೇಡ

ತಲುಪಬೇಕಿರುವ ತಾಣಕ್ಕೆ ಇನ್ನೆರಡೇ ತಿರುವು,
ಥಟ್ಟನೆ– ವಾಹನಗಳ ದಟ್ಟನೆ ಅಡ್ಡಬಿತ್ತು
ಕೆರೆಗಳ ಕಬಳಿಸಿ ನುಂಗಿ ಕಟ್ಟಿದ ಊರು
ಮಳೆನೀರಿನಲಿ ಮುಳುಗಲು ಇನ್ನೇನು ಕೆಲಹೊತ್ತು

ಎಷ್ಟು ಸಮಯವಾದರೂ ಅಲುಗಾಡದು ಯಾವುದೂ
ಯಾವಾಗ ಸರಿಯುವುದೊ, ಖಾತರಿಯಿರದ ಆತಂಕ
ಕತ್ತಲು ನುಂಗಿದ ಸಂಜೆ ತೆವಳುತಿದೆ
ಕರೆದವರ ಕರೆಯಿಲ್ಲ ಈ ತನಕ

ಬಂಧಿಯಾದ ವಾಹನಗಳ ಕಣ್ಣು ಹೊತ್ತುರಿಯುತಿದೆ
ದಿನನಿತ್ಯದ ಅನಿಶ್ಚಿತ ರಸ್ತೆಯುದ್ಧಕ್ಕೆ ಸಜ್ಜಾಗುತಿದೆ
ಶಂಖ ರಣಭೇರಿ ಮೊಳಗಿಸಿದೆ ಹಾರನ್ ಸದ್ದು
ಬಿಡುವಿರದೆ ದಾಟಿಸಿದೆ, ಒಬ್ಬರ ಮೇಲೊಬ್ಬರ ಗುದ್ದು

ಯಾವ ಗಳಿಗೆಯಲಿ ಯಾರು ಯಾವ ಕ್ಷಣ
ಆಡಬಾರದ ಮಾತುಗಳನ್ನಾಡುವರೋ
ಎಲ್ಲಿಂದ ಯಾರಿಳಿದು ಬಂದು
ಯಾರು ಯಾರನು ಹೊಡೆಯುವರೋ

ಸೇರಬೇಕಿರುವ ಕ್ಷಣಗಳು ತಲುಪುವ ಮೊದಲೇ ಕಳೆದುಹೋಗುತ್ತಿದೆ
ಮುಂದುವರೆದಿದೆ ವ್ಯರ್ಥ ಪ್ರತಾಪ, ಬಿಟ್ಟುಕೊಡದ ಛಲ
ದಾರಿಹೋಕರು ಮಾತ್ರವಲ್ಲ, ಜೇಡ ಹೊರಗಲ್ಲ,
ಮನೆಯ ಒಳಗೂ ನಮ್ಮ ನಡುವೆ ನೇಯುತಿದೆ ಜಾಲ

ಗಾಳಿ ಕುರ್ಚಿ

ಗಾಲಿ ಕುರ್ಚಿಗಳು ತಿರುಗುತ್ತವೆ
ಮುನ್ನೂರ ಅರವತ್ತು ಡಿಗ್ರಿ
ಬಲದಿಂದ ಎಡಕ್ಕೆ
ಎಡದಿಂದ ಬಲಕ್ಕೆ
ಮಧ್ಯೆ ಎಲ್ಲಿ ಬೇಕಾದರು ನಿಲ್ಲುತ್ತವೆ
ಚಲಿಸುತ್ತವೆ ಹಿಂದಿನಿಂದ ಮುಂದೆ
ಮುಂದಿನಿಂದ ಹಿಂದಕ್ಕೆ

ಗ್ರಹ ತಾರೆ ಧೂಮಕೇತು
ಅಲೆಯುತ್ತಿವೆ ಅಂತರಿಕ್ಷದಲಿ
ಯಾರೋ ಗಾಲಿ ಕುರ್ಚಿಯಲಿ ತಳ್ಳಿ
ಕೈ ಬಿಟ್ಟಂತೆ

ಭೂಮಿಯ ಮೇಲೆ ನಾವು
ಒಂದೊಂದು ಗಾಲಿ ಕುರ್ಚಿ
ತಿರುಗುತ್ತಿದ್ದೇವೆ ಬಿಡುವಿರದೆ
ಏನನ್ನಾದರು ಮುಟ್ಟಲು,
ಏನೋ ಸಿಕ್ಕಿತೆಂದು ಕೈ ಚಾಚಿದರೆ
ಗಾಲಿಯ ದಿಕ್ಕು ಬದಲು

ತಿರುಗಿಸಿದ್ದು ಯಾರು
ತಳ್ಳಿದ್ದು ಯಾರು ಮೊದಲಿಗೆ?
ನೋಡಲು ಹಿಂದಿರುಗಿದರೆ–
ಮುಂದಿರುವುದು ಹಿಂದೆ ಸರಿದು
ಹಿಂದಿರುವುದು ಮುಂದಾಗುವುದು

ಸುತ್ತುತ್ತಲೇ ಇದೆ ಕುರ್ಚಿ
ಎಡ ಬಲ ಹಿಂದು ಮುಂದೆನ್ನುವುದಿಲ್ಲದೆ
ದೂರ ಸರಿದಿರುವ ನಲ್ಮೆ
ಬೆಚ್ಚಗೆ ಕೈಸೋಕಬಾರದೇ?

ಕೈತಪ್ಪಿದ ಬಲೂನು

ಮಗನಿಗೆ ಕೊಡಿಸಲು ನಿಂತೆ
ಗಾಳಿಗೆ ಮೇಲೇರುವ ಬಲೂನು,
ಮಾರಲು ನಿಂತ ಹುಡುಗ
ಕೊಳವೆಯಿಂದ ಗಾಳಿ ತುಂಬಿ
ಚೂರು ಚೂರೇ ಹಿಗ್ಗಿಸಿದನು

ನಾವೀಗ ನಿಂತಿರುವ ತಾವು
ಬಲೂನಿನಂತೆ ಕ್ಷಣಕ್ಷಣವು
ಎಲ್ಲ ಕಡೆಯು ಹಿಗ್ಗುತಿದೆ
ಒಳಗಿದ್ದೇವೆ ಮರಳ ಕಣಗಳ ಹಾಗೆ
ಗಾಳಿ ಊದುತ್ತಿರುವವರು ಯಾರೋ ಕಾಣದೆ
ಇದರಾಚೆ ಏನಿದೆಯೋ ಏನೋ ತಿಳಿಯದೆ

ಬೇಕಾದಷ್ಟು ಗಾಳಿ ತುಂಬಿದ ಮೇಲೆ
ದಾರದಲಿ ಕಟ್ಟಿ
ಜೋಪಾನ ಹಿಡಿಯಿರೆಂದು ಕೈಗಿತ್ತ ಹುಡುಗ
ಕೈಯಿಂದ ಕೈ ಬದಲಾಗುವಾಗ
ಕೈತಪ್ಪಿ ಹೋಯಿತು ಬಲೂನು
ಎಲ್ಲೆಲ್ಲಿ ಅಲೆದು ಎಲ್ಲಿ ಮುಟ್ಟುವುದೋ ಏನೋ
ಮೇಲೇರುತ್ತ ಏರುತ್ತ ಕಣ್ಮರೆಯಾಯ್ತು
ಹುಡುಗ ನನ್ನನ್ನೇ ನೋಡುತ್ತಿದ್ದಾನೆ
ಕೈ ತಪ್ಪಿಸಿದ್ದು ನಾನೋ ನೀನೋ

ಗ್ರೀಷ್ಮದ ಖಾಲಿತನ

ಗ್ರೀಷ್ಮ ಋತುವಿನ ಖಾಲಿತನ
ಹೂ ಮೋಡಗಳ ಮುಡಿದ ಮರಗಳು
ನಿರ್ಜನ ರಸ್ತೆ, ನಿಶ್ಚಲ ನಿಂತ ಕಾರುಗಳ ಸಾಲು
ಕದ ತೆರೆಯದ ಮನೆಯ ಹೆಂಚಿನ ಮಾಡು
ಅಳಿಲು
ಅತ್ತಿಂದಿತ್ತ ಓಡುವ ದಿಗಿಲು
ದೂರದಲ್ಲುರಿಯುತಿದೆ ಸಾವಿನ ಕುಲುಮೆ
ಹೊಗೆಯಂತಾಡುತಿದೆ ಬಿಸಿಲ ಝುರಿ
ಆಸೆಗಳ ಸುಟ್ಟ ಮಸಿಯ ಹಾಗೆ
ಮೆತ್ತಿಕೊಂಡಿದೆ ಮೌನ ಗಾಳಿಯಲಿ

ಆಗೊಮ್ಮೆ
ಮರದ ತುಂಬ ಮುತ್ತಿರುವ
ಹಕ್ಕಿಗಳ ಕಿಲಕಿಲವೇ ಅಖಿಲವಾಗಿ
ನಿಮ್ಮೊಡನೆ ಆಡಬೇಕಿದ್ದ ಮಾತುಗಳ
ಆಡಲಾಗಲೇ ಇಲ್ಲ ಇದುವರೆಗೆ
ಎನ್ನುವುದು ನೆನಪಾಗಿ
ಬರೆಯಲು ಕುಳಿತೆ...

ಹೊರಗೆ ಲಾಕ್‌ಡೌನ್
ಒಳಗಿನಂಗಡಿಗಳ ಕದ ತೆರೆಯಲಿಲ್ಲ
ಕುಲುಮೆ ಸುತ್ತ ಸಿಡಿವ ಲೋಹಕ್ಕಾಗಿ
ಚೀಲ ಹಿಡಿದು ಕುಳಿತ ಲೋಕ
ಬರೆಯಲೇಬೇಕು ಅನಿಸಿದ್ದು
ಬರೆಯಲಾಗಲೇ ಇಲ್ಲ

ಲಾಕ್‌ಡೌನ್ ವಾಸನೆ

ಗುಂಡಿತೊಟ್ಟ ಇಡಿಯತೋಳಿನ ಅಂಗಿ,
ಸಮತಟ್ಟಾದ ಕಾಟನ್ ಪ್ಯಾಂಟು,
ಉಬ್ಬಿಲ್ಲದೆ ಬಿಗಿ ಕುಳಿತ ಬೆಲ್ಟು,
ನೆರಿಗೆಯಿಲ್ಲದೆ ಗರಿಗರಿಯಾಗಿ ನಿಂತೆ,
ಎರಡು ವರ್ಷದ ಬಳಿಕ ತೆರಳಲು ಆಫೀಸಿಗೆ,
ಊರಿನಲಿ ರಜೆ ಕಳೆದು ಮರಳಿದ ಮಕ್ಕಳು
ಹೊರಡಲು ಅಣಿಯಾದಂತೆ ಶಾಲೆಗೆ.

ಬೆಳಕು ಕಾಣದ ಸಾಕ್ಸಿನಲಿ
ಲಾಕ್‌ಡೌನಿನ ವಾಸನೆ
ದಾರಿ ಕಾಣದ ಶೂಗಂಟಿತ್ತು
ನಿಶ್ಚಲತೆಯ ಧೂಳು
ಒಳಗೊಂದು ಮರಿಹಲ್ಲಿ
ಸತ್ತು ಚಪ್ಪಟೆಯಾಗಿದ್ದ ಜಿರಳೆಗಳು

ಹಳೆಯ ಬಟ್ಟೆಯಲಿ ಒರೆಸಿ
ಹಚ್ಚಿ ಪಾಲೀಶು ಒಪ್ಪವಾಗಿಸಿ
ಮೆಟ್ಟಲು ಅಣಿಯಾದೆ,
ಮುಂಚೆಗಿಂತ ಕೊಂಚ ಬಿಗಿಯೆಣಿಸಿದರು
ತೂರಿಕೊಂಡಿತು ಕಾಲು.
ಮಡದಿ ನೆನಪಿಸಿದಳು–

ಮಹಡಿಯಲ್ಲೇ ಬಿಟ್ಟುಬಂದಿದ್ದೆ ಲ್ಯಾಪ್‌ಟಾಪು.
ಮತ್ತೊಮ್ಮೆ ಮುಟ್ಟಿ ನೋಡಿಕೊಂಡೆ-
ಪರ್ಸು, ಐಡಿ ಕಾರ್ಡು, ಕರ್ಚೀಪು
ಎಲ್ಲವೂ ಇವೆಯೇ ಎಂದು

ಕಾಲದ ಚಲನೆಯೊಳಗೆ ಸೇರಲು
ಹೊರಗಡಿಯಿಟ್ಟರೆ:
ಕ್ಷಣಿಕ ಸ್ತಬ್ಧತೆಯಿಂದ ಎಚ್ಚೆತ್ತು
ಏನೂ ಆಗಿಯೇ ಇಲ್ಲವೆಂಬಂತೆ
ಲೋಕ ಸಲೀಸಾಗಿ ಚಲಿಸುತ್ತಿತ್ತು
ಯಾವ ಕಡೆ ಹೋಗಬೇಕೆಂದು ತಿಳಿಯದೆ
ಸಾಕ್ಷಿಗಂಟಿದ್ದ ಹೆಜ್ಜೆ ದಿಕ್ಕೆಟ್ಟು ನಿಂತಿತ್ತು

ತೆರೆದ ಪುಸ್ತಕ

ಪುಸ್ತಕದ ಹಾಳೆ ಮೇಲೆ
ಬಿಳಿ ಕಸದ ಹಾಗೆ ಗೆಜ್ಜಲು ಹುಳು
ಊದಿದರೆ ಜಾರಿಹೋಗದು
ಧೂಳಿನಂಥ ಪಾದಗಳಿಗು
ಎಂಥ ಗಟ್ಟಿತನ!

ಬೆರಳಿಂದ ಸರಿಸಲು ಹೋದರೆ
ನಜ್ಜಾಗಿ ಹರಿದು
ತೀರಿ ಹೋಗುವುದು,
ಸಾಯಿಸದೆ ಸಫಾಯಿಯಾಗದೆ ಶಿವನೇ!

ತಾನಾಗಿ ಅಕ್ಷರಗಳು ಕಾಣುವ ತನಕ
ತೆರೆದ ಪುಸ್ತಕ

ಕೊಡಲಿ ಬೀಸು

ಯಾಕಿಷ್ಟು ಅಂತರ್ಮುಖಿ?
ತಿಳಿತಿಳಿದೂ ಕೇಳದಿರು ಸಖಿ
ಯಾರೋ ಜೋರಾಗಿ ಬೀಸಿದ್ದಾರೆ ಕೊಡಲಿ
ಚೂರು ಚೂರೇ ಅಲುಗಿಸಿ ಹೊರಗೆಳೆಯಬೇಕು
ಒಳಗಿನ ಗಾಯ ತಾನಾಗಿಯೇ ಮಾಯಬೇಕು

ಒಂದು ನೋವಿನಿಂದ

ಒಂದು ನೋವಿನಿಂದ
ಹೊರ ಬಂದಮೇಲೆ

ಕೂಟಗಳಲ್ಲಿ ಸಂತಸವಿರುವುದಿಲ್ಲ
ಆದರೂ ಆಗಾಗ ಸೇರುತ್ತೇವೆ

ಮದಿರೆಗೆ ನಶೆ ಏರುವುದಿಲ್ಲ
ಏರಿದಂತೆ ನಟಿಸುತ್ತೇವೆ

ಎಂಥ ಸುಖವಾದರೂ
ಮತ್ತೊಂದು ನೋವಿನ ನೆರಳು
ಸುಳಿಯಬಹುದೆಂದು ಹೆದರುತ್ತೇವೆ
ಹೆದರಿ ಏನಾಗಬೇಕು
ಕಳೆದುಕೊಳ್ಳುವುದಕ್ಕೆ ಇನ್ನೇನು ಇಲ್ಲವೆಂದು
ನಿರಾಳವಾಗುತ್ತೇವೆ

ದುಃಖದಿಂದ ದುಃಖಕ್ಕೆ
ಧುಮುಕುತ್ತ ಸಾಗುವ ಬದುಕು
ಬಿದ್ದ ಗಾಯ ಕಾಣದಿರಲೆಂದು
ಆಗಾಗ ಕವಿತೆಯಾಗುತ್ತೇವೆ

ಮರೆಯಲ್ಲಿ ಗುರಿ ಇಟ್ಟು
ಕಾಯುತ್ತಿರುವ ಬೇಟೆಗಾರ ವಿಧಿಯ
ಕೈ ನಡುಗುವಂತೆ
ಅವನನ್ನೊಮ್ಮೆ ನೋಡುತ್ತೇವೆ

ಉಳಿದವರ ಸುಖ ಹಾಳಾಗದಿರಲೆಂದು
ಅವರ ಜೊತೆಯೇ ಇರುವಂತೆ
ನಂಬಿಸುತ್ತೇವೆ

ಒಂದು ನೋವಿನಿಂದ
ಹೊರ ಬಂದಮೇಲೆ
ನೋವೇ ಸುಳ್ಳೆನ್ನುವಂತೆ ನಗುತ್ತೇವೆ
ನೋವು ನಮ್ಮೊಳಗೇ ಇರುತ್ತೆ
ನಾವು ಹೊರಬಂದವರಂತೆ ಇರುತ್ತೇವೆ

ನೋವಿನಲಿ ಮುಳುಗಿದವರು

ನೋವಿನಲಿ ಮುಳುಗಿದವರನ್ನು
ಗುರುತಿಸುವುದು ಸುಲಭ ರೂಹಿ:
ಕಣ್ಣೀರಿನಿಂದ ತೊಳೆದ ಅಂತರಂಗ
ರೆಪ್ಪೆಯಲಿ ಸದಾ ತೇವ
ಮಾತಿನಲಿ ತಂಗಾಳಿ
ನಗು ನಿರ್ಮಲವಾಗಿರುತ್ತೆ...
ಏಕೆಂದರೆ ಕಾರಣ ಇಷ್ಟೆ:
ಅವರ ನೋವೂ ನಿರ್ಮಲವಾಗಿರುತ್ತೆ

ಚಿಂತಿಸದಿರು ರೂಹಿ

ಚಿಂತಿಸದಿರು ರೂಹಿ,
ತಾನೇ ಮೋಸದಲಿ ಸಿಲುಕಿ
ಗೊತ್ತು ಗುರಿಯಿಲ್ಲದೆ ತಿರುಗುತ್ತಿರುವ ಈ ಜಗತ್ತು
ನನಗೇನು ಮೋಸ ಮಾಡುವುದು?

ನೀಚತನವೇ ಜಾಣತನವಾದ
ಗೆಲುವಿನ ಸರದಾರರ ನಡಿಗೆಯೆದುರು
ಚಿಟ್ಟೆಯಂತಹ ನನ್ನ ರೆಪ್ಪೆಗಳು; ವಿರಮಿಸಲು
ಹೂವಿನೆದೆ ಹುಡುಕುವುದು

ಒಮ್ಮೆ ಆಮೆ ಒಮ್ಮೆ ಹೂವು

ನನ್ನ ಏಕಾಂತವನ್ನು
ನೀವು ನಿರಾಸಕ್ತಿ ಎಂದುಕೊಳ್ಳಬಹುದು
ನನ್ನ ಮೌನವನ್ನು
ಅಹಂಕಾರ ಎಂದುಕೊಳ್ಳಬಹುದು

ನಾಲ್ಕು ಜನ ನನ್ನತ್ತ ಧಾವಿಸುವಾಗ
ಆಮೆ ಮನಸ್ಸು ಚಿಪ್ಪಿನೊಳಗೆ ಸೇರಿಕೊಳ್ಳುತ್ತೆ
ಮಿರಮಿರ ನಕ್ಕು ಸೆಲ್ಫಿ ತೆಗೆದುಕೊಳ್ಳುವುದು
ಮರೆತು ಹೋಗಿರುತ್ತೆ

ಇದು ನಿಮ್ಮನ್ನು
ನಿರಾಕರಿಸುವುದಲ್ಲ; ನಿರ್ಲಕ್ಷಿಸುವುದಲ್ಲ
ನೀವು ಇಂಥವರೇ ಎಂದು
ನಿರ್ಣಯಿಸುವಷ್ಟು ಸಾಮರ್ಥ್ಯವೂ ನನ್ನಲ್ಲಿಲ್ಲ
ಏನು ಮಾಡಲಿ
ಆಮೆ ಹೊರಬರುವುದಕ್ಕೆ
ಸ್ವಲ್ಪ ಸಮಯ ಹಿಡಿಯುತ್ತೆ

ಹೊರಬಂದರೂ ಕೆಲವೊಮ್ಮೆ
ನಿಮ್ಮತ್ತ ನೋಡಲೇ ಇಲ್ಲವೆಂದು
ನೀವು ಹೂವನ್ನೂ ದ್ವೇಷಿಸಬಹುದು

ಈ ಮನಸ್ಸು
ಯಾವಾಗ ಆಮೆಯಾಗುತ್ತೆ
ಯಾವಾಗ ಹೂವಾಗುತ್ತೆ
ನನಗೇ ತಿಳಿಯದಿರುವಾಗ
ಇದೆಲ್ಲ ನಿಮ್ಮದೇ ತಪ್ಪೆಂದು
ನಾನಾದರು ಹೇಗೆ ಹೇಳಬಹುದು?

ಧುಮುಕಿ ಬಿಡು ಶಿವನೇ

ಅಂತರಾಳದ ಕೊಳದಲಿ
ಪಾದಗಳ ಇಳಿಬಿಟ್ಟು
ತಣ್ಣಗೆ ಕಾಲು ಬೀಸುತ್ತ ಕುಳಿತಿರುವ ಶಿವನೇ,
ಧುಮುಕಿ ಬಿಡು
ಕೊಳವೇ ನಿನ್ನೊಳಗೆ ಮುಳುಗಿ
ಬರಿದಾಗಿ
ತಳದಿಂದ ಅಪ್ಪಳಿಸುವ ಮೌನದ ಅಲೆ
ಕಾಠಿಣ್ಯವೇ ಕಾರುಣ್ಯವಾಗುವ ಲೀಲೆ!

ಮಿಂಚುಗಳು

ನಮ್ಮೊಳಗಿನ ಬೆಳಕ
ಮುಟ್ಟಬೇಕೆಂದರೆ
ನಮ್ಮೊಳಗಿನ
ಕತ್ತಲ ಸುರಂಗದೊಳಕ್ಕೆ ಇಳಿಯಲು
ಹೆದರಬಾರದು

*

ಕತ್ತಲನ್ನು ಹಾದುಹೋಗಬೇಕು
ನಾವೇ ಕತ್ತಲಾಗಬಾರದು

*

ಜಗದ ಪ್ರತಿಯೊಂದು
ಹೇಯ ಹಿಂಸೆಯು
ನಮ್ಮೊಳಗಿನ ಪ್ರತಿಫಲನ

*

ಬಲಿಯಾಗದಿರುವುದಷ್ಟೇ
ನಮ್ಮ ಅದೃಷ್ಟವಲ್ಲ
ಅಪರಾಧಿ ಆಗದಿರುವುದೂ
ನಮ್ಮ ಅದೃಷ್ಟ!

*

ನಮ್ಮವರೊಂದಿಗಿನ ಸಿಟ್ಟು
ಅಡಗಿಕೊಂಡಿದೆ ಬಹಳ
ದಾರಿಹೋಕರೊಂದಿಗೆ
ಮಾರಿಯಂತೆ ಜಗಳ

*

ಎಷ್ಟು ದಿನ ಅಡಗಿರುತ್ತೀ?
ಬಂಧಿಸಿದವನನ್ನು ಸಂಧಿಸಿಯೇ
ನಾನಿಲ್ಲಿಂದ ತೆರಳುವುದು

*

ಸಾವು ಎರಗಬಹುದೆಂದು
ಹಾವು ಕಡಿದೇ ಒಂದು ದಿನ
ತಿಳಿಯದಿರುವುದೇ
ಹಾವು ಹಿಡಿವವನಿಗೆ?

*

ನಾನು ಹೋದಲ್ಲೆಲ್ಲ
ನನ್ನ ನೀನು ಹಿಂಬಾಲಿಸಲೇಬೇಕು
ವಿಧಿಯೇ
ನಿನಗೆ ಬೇರೆ ದಾರಿ ಇದೆಯೇ?

*

ಸೂರ್ಯನ ರೇಶಿಮೆ ಕಿರಣಗಳು

(ಟ್ವಿಲೈಟ್ ಕಿರಣಗಳು)

ಸಂಕೋಚವೇ ಸಂಕೋಲೆ,
ಕಡಿದು ಹಾಕುತಿದೆ ನವಿರಾಗಿ
ಮರೆಯಲಿ ನಿಂತ ರವಿಯ
ಕಿರಣಗಳ ಕರವಾಳ

ಅನುಮಾನವೇ ಅಡಚಣೆ,
ನೂಕಿಬಿಟ್ಟಿದೆ ತಿಳಿಯಾಗಿ
ತೆರೆತೆರೆ ಮೋಡದಿಂದಿಳಿದ
ಬೆಳಕಿನ ಜಾರುಬಂಡೆ

ಬಿಗುಮಾನವೇ ರಣಬಿಸಿಲು,
ಅರಳೆಯ ಗಿರಿಯಿಂದ ಧುಮುಕಿದೆ
ಮರಳುಗಾಡು ಕಂಗಳಿಗೆ
ಮಂಜಿನ ಜಲಪಾತ

ಅವರಿವರೆನ್ನುವುದೇ ಬಿರುಕು,
ಎಲ್ಲರನು ಸೆಳೆಯುತಿದೆ ಸಮತೆಯಲಿ
ಬಾನ ಗವಿಯಿಂದ ಹೊಮ್ಮಿದ
ಅರಿವಿನ ಸೇತುವೆ

ನಿನ್ನ ಮುಂದೆ

ನಿನ್ನ ಕಣ್ಣೊಳಗಿನ ಖಾಲಿತನವನ್ನು
ಯಾವ ಹಾಡಿನಿಂದ ತುಂಬಲಿ?
ಹಾಡಿದಷ್ಟೂ ಅದು ಆಳವಾಗುತ್ತದೆ

ನಿನ್ನುಸಿರಿನ ವಿಷಾದವನ್ನು
ತುಟಿಗಳಿಂದ ಹೇಗೆ ತಡೆಯಲಿ?
ಚುಂಬಿಸಿದಷ್ಟೂ ಅದು ಗಾಢವಾಗುತ್ತದೆ

ದಿವ್ಯ ನಿರಾಕರಣೆಯ ನಿನ್ನಿರುವನ್ನು
ಶೀತಲ ಸ್ಪರ್ಶದಿಂದ ಎಚ್ಚರಿಸಲೇ?
ಅಪ್ಪಿದಷ್ಟೂ ಅದು ಹಬ್ಬುತ್ತದೆ

ನಿನ್ನಿದಿರು ನಿರಾಳ ಮಲಗುತ್ತೇನೆ
ನೋಡಿದಾಗೊಮ್ಮೆ ನೇವರಿಸು
ಬೇಕೆನಿಸಿದರೆ ಸ್ವೀಕರಿಸು

ಬರಿದಾದ ಹೊತ್ತಿನಲಿ

ಹಡಗು ಮುಳುಗಿದರೂ ಕಡಲಿನಲ್ಲಿ
ಕಿರು ದೋಣಿ ತೇಲದೇನು?
ದೀಪವಾರಿದರೂ ಕೋಣೆಯ ಒಳಗೆ
ತಿಳಿ ಬೆಳಕು ಇಣುಕದೇನು?

ಕಾಡದಾರಿಯ ಕಾರಿರುಳ ಪಯಣದಲಿ
ಭರವಸೆಯ ತಾರೆ ಸಾಕು
ನಮ್ಮ ವಿಧಿ ಇದು ನಮ್ಮ ವಾರಿಧಿ
ಅಲೆ ಹೊಡೆತ ತಾಳಬೇಕು

ಎಲ್ಲ ಮುಗಿಯಿತು ಎನ್ನುವಾಗಲೂ
ತೆರೆಯುವುದು ಮುಗಿಲು ಕಣ್ಣು
ಹೂವಿನೆದೆಯಲಿ ಹಕ್ಕಿಯ ಹಾಡು
ಅನುರಣಿಸಿ ಹನಿದ ಜೇನು

ತಣ್ಣಗಾಗಿರುವ ಹೆಣದ ಮುಂದೆಯೂ
ಹಚ್ಚಿಡರೆ ನೆನಪ ಹಣತೆ?
ಪದಗಳೆಲ್ಲ ಬರಿದಾದ ಹೊತ್ತಿನಲಿ
ನಮ್ಮಳತೆ ಮೀರಿ ಕವಿತೆ

ಆಹ್ವಾನ

ಒಂದು ಗಳಿಗೆಯಾದರು
ಬಂದು ಹೋಗುವೆಯೇನು?
ಮಾತು ಮುಗಿಯಲು ಬೇಕು
ನೂರು ನೀರವ ರಾತ್ರಿ...

ನಿನ್ನ ಬರುವಿಕೆಗಾಗಿ
ನದಿ ನಿಂತು ಕಾಯುತಿದೆ,
ಕಡಲು ಸೇರುವ ಮುನ್ನ
ಮತ್ತೆ ಬೆಸೆಯಲು ಮೈತ್ರಿ

ಬಂದ ಮೇಲೆಯೂ ನೀನು
ಕೆದಕಬಾರದು ನಾವು,
ಹಳೆಯ ಹಾದಿಯ ಹಿಡಿದು
ಉರಿದ ಮಾತಿನ ಬೂದಿ

ಉಕ್ಕಿ ಬಂದರು ಒಲವು
ಸಡಿಲಗೊಳ್ಳದ ಬಿಗುವು,
ತುಡಿತಗಳ ತಡೆಹಿಡಿದು
ನಮ್ಮೊಳಗೆ ನಾವು ಕೈದಿ

ಯಾರು ಏನೆಂದರು
ಎನ್ನುವುದು ಯಾಕೀಗ
ಹಠವ ಸಾಧಿಸಬೇಕೇ?
ಅದೆಲ್ಲ ಮುಗಿದ ವಿಷಯ

ತುಂಬ ಸಮಯದ ಬಳಿಕ
ರಂಜೆ ಹೂ ಅರಳಿದೆ
ಸಂಜೆ ಮಿಸುಕಾಡುತಿದೆ
ಮೆತ್ತಗಾಗಿದೆ ಹೃದಯ

ಮುಂದೆ ಏನೆನ್ನುವ
ಚಿಂತೆ ಸುಳಿ ಸುತ್ತದೆ,
ಅಂದುಕೊಳ್ಳುವ ಜನರ
ಹಂಗಿರದೆ ಸೇರೋಣ

ಎಲ್ಲ ನೆನಪುಗಳಲ್ಲು
ಕಹಿ ಹನಿಯ ಪಾಲಿದೆ
ನವಿರು ನಶೆಯಲಿ ತೇಲಿ
ಜೊತೆಯಾಗಿ ಕುಡಿಯೋಣ

ಬಂದವಳನು ಇಲ್ಲಿಯೇ
ಇರಿಸಿಕೊಳ್ಳುವುದಿಲ್ಲ
ಹೊರಡಬೇಕೆನಿಸಿದರೆ
ನಿಲ್ಲು ನಿಲ್ಲೆನ್ನೆನು

ಮರಳಿ ಎಂದಿಗೆ ಸಿಗುವೆ
ಎಂದು ಕೇಳುವುದಿಲ್ಲ
ಈಗಲಾದರು ಒಮ್ಮೆ
ಬಂದು ಹೋಗುವೆಯೇನು?

ಸ್ನಾನದ ಕೋಣೆಯಲಿ

ಸ್ನಾನದ ಕೋಣೆಯಲಿ ಮಜ್ಜನಕು ಮೊದಲು
ನೀರು ತುಂಬುವ ತನಕ ಕಾಲಹರಣ
ಸೋಪಿನ ಡಬ್ಬಿ ತೆರೆದು
ತೊಟ್ಟ ಬಟ್ಟೆಯ ಕಳಚಿ
ಕೈಕಟ್ಟಿ ಭುಜ ಅಲುಗಿಸುತ್ತ ನಿಂತೆ

ಮೂಲೆಯಲಿ ಕಟ್ಟಿ ಜೋಲುತ್ತಿರುವ
ಹಳೆಯ ಸಾಲಿಂಗ ಬಲೆ,
ಮಳೆಯ ತೇವಕ್ಕೆ ಬಿಟ್ಟುಕೊಂಡ
ಗೋಡೆಯ ಬಣ್ಣದ ಪದರು,
ಬಲ್ಬಿಗಂಟಿದ ಧೂಳು,
ಹಿಂದಿನ ದಿನದ ವಾರ್ತೆ,
ಇಂದಿನ ಕೆಲಸದ ಚಿಂತೆ

ತುಂಬಿ ಬಂದಿತು ಬಕೆಟ್ಟು
ನಲ್ಲಿ ತಿರುಗಿಸಿ ನೀರು ಸ್ಥಿರವಾಗಿ
ಬಿಸಿಯ ಹದ ತಿಳಿಯಲು
ಬೆರಳ ತುದಿ ಸೋಕಿದರೆ
ಎದ್ದ ಅಲೆಯಲಿ ಗೆಳತಿಯ ನಗು
ಮಂಡಿಯೂರಿ ಕುಳಿತೆ
ನೀರ ಸವರುತ್ತ ನವಿರಾಗಿ
ಹಾಗೇ ಕೆಲ ಹೊತ್ತು...

ಕೊನೆಗು ನೀರೆರೆದುಕೊಂಡು
ಸೋಪು ಹಚ್ಚಿಕೊಳ್ಳುವಾಗ ದೀಪ ಆರಿತು
ಕತ್ತಲು ಅಪ್ಪಳಿಸಿ ಬಿದ್ದ ಹಾಗಾಯಿತು

ಎಲ್ಲಿದೆ ಮಗ್ಗು ಎಲ್ಲಿ ಸೋಪಿನ ಡಬ್ಬಿ
ಜಾರದಂತೆ ಹೆಜ್ಜೆ ಇಡಬಹುದು ಎಲ್ಲಿ
ನಿಂತ ಹಾಗೆ ನಿಂತುಬಿಟ್ಟೆ ಸ್ವಲ್ಪ ಸಮಯ

ಬಾಗಿಲ ಸಂದಿಯಿಂದ ತೂರಿಬಂದ ಬೆಳಕು
ಹರಡಿಕೊಂಡಿತು ಮೆಲ್ಲ
ಮುಟ್ಟಿತು ಒಂದೊಂದೇ ವಸ್ತುವನ್ನು,
ಆಜುಬಾಜುವಿನ ಅಂದಾಜು ಸಿಕ್ಕಿತು
ಮಂದವಾದರು ಬೆಳಕು
ಹೊಂದಿಕೊಳ್ಳದೆ ಕಣ್ಣು!?

ಕೈ ತಡವಿ ನೋಡಿದೆನು ಎಲ್ಲವನು
ಅದರದರ ಜಾಗದಲಿ
ಉಳಿದಷ್ಟು ನೀರಿನಲಿ ಮುಂದಾಯ್ತು ಸ್ನಾನ
ಮತ್ತೆ ಮತ್ತೆ ಸುರಿದುಕೊಂಡೆ ಅವಳ ನಗು
ಇರುವಷ್ಟೇ ಬೆಳಕಿನಲಿ

ಪೂಜೆ

ನದಿಯೊಳಗೆ ಕೀಟ ಕೊರೆದ ಕಲ್ಲಿಗೆ
ಸರದ ಏರಿಳಿತದಲಿ ನೀರೆರೆದರೆ – ತೀರ್ಥ.
ಕಾಮಿನಿಯರ ಪಾದದ ಧೂಳಿ ಸೋಕಿದ
ಮಣ್ಣು ಮೆತ್ತಿರುವ ಮೈ – ನಿನ್ನ ತೋರುವ ಕನ್ನಡಿ.
ಮುದ, ಶಾಂತಿ,
ಹದ, ವ್ಯಾಪ್ತಿ,
ಶುಚಿ, ಶಕ್ತಿ...
ಆವಾಹಿಸಿದಂತೆ ಭಾವವಿಗ್ರಹ!
ನಮ್ಮೆದೆಯ ಸಂಕಟ ನಿನ್ನ ಸುಡದಿರಲೆಂದು
ಹಚ್ಚುವೆನು ಗಂಧ.
ತುಳಸಿಯಲಿ ನಮ್ಮೊಳಗು ನಳನಳಿಸಿ,
ಬವಣೆಯಲಿ ಸ್ಪಂದನೆ ಸೊರಗದಿರಲೆಂದು
ಕೋಮಲ ಹೂವಿನ ಅಲಂಕಾರ.
ಅಂತಃಕರಣದ ಬುದ್ಬುದವೇ ಮೂಗಿಗಡರುವ ಧೂಪ.
ನೈವೇದ್ಯ– ರಸನದಲಿ ಅರಳುವ ಮನೋಪಾಕ.
ಬೆಳಕಿನಲಿ ಮಾತು ಹೊಳೆಯುವುದೇ ಆರತಿ!

ಕಾಫಿ

ಕಾಫಿ–
ರುಚಿಗೆ
ಘಮಲಿಗೆ
ಹಬೆಗೆ
ಹೆಸರು ಕೇಳಿದ ಮಾತ್ರಕ್ಕೇ
ಜೀವ ಅರಳಿಸುವ ಸಂಜೀವಿನಿ
ಕೆಲವರಿಗೆ

ನನಗೆ ಬೆಳಗಾಗೆದ್ದು ಬೇಕೇಬೇಕಂತಿಲ್ಲ
ದಿನಕ್ಕೆರಡೇ ಎನ್ನುವ ನಿಯಂತ್ರಣವೂ ಇಲ್ಲ
ಕಾಫಿ ಕೊಟ್ಟ ಮಾತ್ರಕ್ಕೆ
ಕೆಟ್ಟ ಕವಿತೆಗೆ ಮಾಫಿಯಂತು
ಇಲ್ಲವೇ ಇಲ್ಲ

ಟೀ ಹೇಗಿದ್ದರು ಕುಡಿದುಬಿಡುವೆ
ಕಾಫಿ ವಿಷಯದಲ್ಲಿ ನಾನು ಬಲು ಚೂಸಿ
ಗಟ್ಟಿ ಹಾಲು, ಮಿತವಾದ ಸಕ್ಕರೆ
ಮೀಡಿಯಮ್ ಸ್ಟ್ರಾಂಗು,
ಉಪಚಾರಕ್ಕೆ ನೊರೆ,
ಕೊಡುವಾಗ ಕೈ ಸುಡುವಷ್ಟು ಬಿಸಿ ಇರಬೇಕು ನೋಡಿ
ಲೋಟ ಯಾವುದಾದರು ನಡೆಯುತ್ತೆ ಬಿಡಿ

ಮೊದಲ ಗುಟುಕು ಹೀರಿದಾಗ
ನಾಲಗೆಗು ಮೆದುಳಿಗು
ದೇಹದ ಕೋಶಕೋಶಗಳಿಗು
ಹಬ್ಬಬೇಕದರ ಪರಿಮಳ
ತೆಳುವಾದರೆ ತೆಗೆದು ಪಕ್ಕಕ್ಕಿಡುತ್ತೇನೆ
ಮುಲಾಜಿಲ್ಲದೆ
ಕಾಫಿಯಾದರು ಅಷ್ಟೇ
ಕವಿತೆಯಾದರೂ ಅಷ್ಟೇ

ಕವಿತೆ ಎಲ್ಲಿದೆ?

ಎಲ್ಲಿದೆ ಕವಿತೆ?
ಎಲ್ಲಾದರು ಇರಬಹುದು
ಕ್ಷೌರಿಕನ ಬೆರಳು
ತಲೆಯ ಮೇಲೆ ಕುಣಿಯುವ ಸಪ್ಪಳದಲಿ
ಮುಂಜಾನೆ ಪೌರ ಕಾರ್ಮಿಕರು
ಬೀದಿ ಗುಡಿಸುವ ಪೊರಕೆಯ ಸ್ವರದಲಿ
ಕೂಲಿ ಆಳಿನ ಮಕ್ಕಳು
ಮುರಿದ ಆಟಿಕೆ ಓಡಿಸುವ ಸಂಭ್ರಮದಲಿ
ಡ್ರೈವಿಂಗ್ ಕ್ಲಾಸಿನಲಿ, ತಂತಿ ಮೇಲಿನ ನಡಿಗೆಯಲಿ
ಚಪ್ಪಲಿ ಹೊಲಿವವನ ದಬ್ಬಣದಲಿ
ಜೋಳ ಸುಡುವ ಬೀಸಣಿಗೆಯಲಿ
ತಟ್ಟೆ ಇಡ್ಲಿಯ ಮೃದು, ಮಸಾಲೆ ದೋಸೆಯ ಘಮ
ಕಾಫಿ ಹಬೆ, ಸಿಗರೇಟು ಧೂಮ
ಕವಿತೆ ಎಲ್ಲೆಲ್ಲು ಇರುತ್ತೆ

ಇದಾವುದೂ ಕವಿತೆ ಅಲ್ಲ; ಅಲ್ಲಿರುತ್ತೆ
ಕಂಡರೆ
ನಮಗೆ ಅನ್ನಿಸಿದ್ದನ್ನು ಬಿಟ್ಟು
ಕೇಳಿಸಿಕೊಳ್ಳಬೇಕು
ಕವಿತೆಗೆ ಅನ್ನಿಸಿದನ್ನು

ಜೀವ ತೆತ್ತು ಬರೆದ ಮೇಲೆ
ಹೇಳಬಹುದು ಇಷ್ಟು ಮಾತ್ರ:
ಇದು ಹೌದು; ಇದು ಅಲ್ಲ;
ಅಥವ ಬೇರೆ ಇನ್ನೇನೋ ಆಗಬೇಕಿತ್ತು

ಉಳಿದಿವೆ ಕೆಲವು ಖಯಾಲಿಗಳು

ಝಿಪ್ಪು ಹಳಿ ತಪ್ಪಿದ ಹಳೆಯ ಬ್ಯಾಗೊಳಗೆ
ಎಂದಿಗೂ ಓದದ ಪುಸ್ತಕ ರಾಶಿ
ಫೋನಿನಲಿ ಸೇರಿಸಿದ್ದರೂ
ಕರೆ ಮಾಡದ ನಂಬರು
ಎಂದಿಗೂ ತೆರೆಯದ ಒಂದಾದರು ಕಿಟಕಿ
ಎಲ್ಲರ ಮನೆಯಲ್ಲು ಇರುವ ಹಾಗೆ
ಉಳಿದಿವೆ ಕೆಲವು ಖಯಾಲಿ

ಮಳೆ ಬರುವಾಗ ಕೊಡೆ ಹಿಡಿಯದೆ ನಡೆದ ಸಂಜೆ
ಜೊತೆಯಾಗಿ ನೆಡಬೇಕು ಎಂದುಕೊಂಡ ಸುರಳಿ ಹೂವಿನ ಗಿಡ
ಹಂಚಿಕೊಂಡು ತಿನ್ನಬೇಕಿದ್ದ ಚಾಕ್ಲೇಟು
ಗೋಡೆಗೆ ತೂಗು ಹಾಕಬೇಕಿದ್ದ ಚಿತ್ರ
ಉಳಿದಿವೆ ಯಾರೊಂದಿಗೂ ಬಿನ್ನಹವಾಗದ
ಇನ್ನೂ ಏನೇನೋ
ಕೆಲವು ಖಾಸಗೀ ಕಿರುಬಯಕೆ

ಕಾದು ಕಾದು
ಕರಗಿ ಅಂತರ
ಕೊರಳುಬ್ಬಿ ಬಂದರೂ
ಆಡದೇ ಹೋದ ಮಾತು
ಸಮಯ ಕೂಡಿ ಬಂದು
ಸನಿಹ ನಿಂತಾಗಲೂ
ಕೊಡದೆ ಹೋದ ಮುತ್ತು
ಉಳಿದಿವೆ ಇನ್ನೂ ಬಹಳ
ಬರೆಯದೇ ಹೋದ
ಕೆಲವು ಕವಿತೆ

ಸ್ಪಂದನೆ

ಯಾಕಿಷ್ಟು ಅಂತರ್ಮುಖಿ
ತಿಳಿತಿಳಿದೂ ಕೇಳದಿರು ಸಖಿ
ಯಾರೋ ಜೋರಾಗಿ ಬೀಸಿದ್ದಾರೆ ಕೊಡಲಿ
ಚೂರು ಚೂರೇ ಅಲುಗಿಸಿ ಹೊರಗೆಳೆಯಬೇಕು
ಒಳಗಿನ ಗಾಯ ತಾನಾಗಿಯೇ ಮಾಯಬೇಕು

ಎಲ್ಲ ಕವನಗಳನ್ನು ಓದಿದ ಮೇಲೆ ಅನಿಸಿದ್ದು ಮೇಲಿನಂತೆ. ಒಳಗಿನ ಗಾಯವೊಂದು ನಿರಂತರವಾಗಿ ಬಾಧಿಸುವಾಗ ಮಾತ್ರ ಬರೆಯಬಹುದಾದ ಸಾಲುಗಳಿವು.

ತಾನು ಆಧ್ಯಾತ್ಮಿಕ ಜೀವಿಯೆಂದು ಸುಮ್ಮಗೆ ಕಲ್ಪಿಸಿಕೊಂಡು ಹುಸಿ ಅನುಭಾವವನ್ನು ಹೊರಗಿನಿಂದ ತುಂಬಿ ಬರೆಯುವ ತೋರುಗಾಣಿಕೆಯ ಆಧ್ಯಾತ್ಮದ ಸಾಲುಗಳ ಹೊಡೆತದಲ್ಲಿ ಸಿಕ್ಕಿ ಇಂದಿನ ಕಾವ್ಯ ನರಳುತ್ತಿದೆ ಎನಿಸುತ್ತಿತ್ತು. ಇಲ್ಲಿ ಅಪರೂಪಕ್ಕೆ ಅಸಲಿ ಅನುಭಾವದತ್ತ ಹೊರಳುತ್ತಿರುವ ಕವಿತೆಗಳನ್ನು ಓದಿದಂತಾಯ್ತು.

ಕವಿತೆ ಎಲ್ಲಿ ಬೇಕಾದರೂ ಇರಬಹುದು ಎಂದು ನೀವು ಭಾವಿಸಿರುವುದು ಸರಿ. ಹಾಗೆ ಕವಿತೆ ನಿಮಗೆ ಎಲ್ಲೆಲ್ಲೋ ಮತ್ತು ಎಲ್ಲೆಲ್ಲೂ ಕಾಣಿಸಿರುವುದೂ ಹೌದು. ವಿಶೇಷ ಎಂದರೆ ಆ ಎಲ್ಲ ಕವನ ಕಾಣ್ಕೆಗಳೂ ವಿಷಾದವೊಂದರ ಸ್ಥಾಯೀರಸದಲ್ಲಿ ಕುದ್ದು ಪಾಕವಾಗುವುದು.

ಕೆಲವೊಮ್ಮೆ ಇದು ಪ್ರಶ್ನೆ ಎತ್ತುತ್ತದೆ ಓದುಗರೊಳಗೆ, ಅವರು ಲೀನವಾಗಿ ಓದಿದರೆ ಮಾತ್ರ.

ಆ ಪ್ರಶ್ನೆ ಇದು: ಮಾನವ ಮನಸ್ಸು ಅದೆಂತಹ ವಿಷಣ್ಣತೆಯಲ್ಲೂ ಹುಡುಕಿಕೊಳ್ಳುವ ಮತ್ತು ಅದು ಅನಿವಾರ್ಯವೂ ಆಗಿರುವ, ಜೀವನ್ಮುಖಿ ಭಾವವೊಂದು ಅಪ್ಪಿಕೊಳ್ಳುವ ಸಮಯದಲ್ಲೂ ಈ ಕವಿ ಅದಕ್ಕೆ ಅಂಜಿದಂತೆ

ಅದರಿಂದ ಓಡಿ ಹೋಗುವುದೇಕೆ? ಕೆಲವು ಕವಿತೆಗಳು ತಮ್ಮ ಮೈಯೊಳಗೆ ಈ ಪ್ರಶ್ನೆಗೆ ಉತ್ತರವನ್ನು ತಳೆದಿವೆ. ಅವು 'ಮನೆ' ಸರಣಿಯ ಕವಿತೆಗಳು.

ಒಟ್ಟಾರೆ ನಿಮ್ಮ ಈ ಸಂಕಲನ ಓದುಗರಿಗೆ ಒಂದು ಒಳ್ಳೆಯ ಓದನ್ನು ನೀಡುವುದರಲ್ಲಿ ಅನುಮಾನವಿಲ್ಲ. ಮತ್ತೆ ಓದಿಸಿಕೊಳ್ಳುವ, ಒಡಲೊಳಗೆ ಇನ್ನೊಂದೇ ಆಯಾಮವನ್ನು ಅಡಗಿಸಿಕೊಂಡಿರುವ, ಪರಿಪಕ್ವ ಓದುಮನವನ್ನು ಬೇಡುವ ಕವಿತೆಗಳು ಇವು.

–ಲಲಿತಾ ಸಿದ್ಧಬಸವಯ್ಯ

ವೀರಲೋಕದ ಪ್ರಕಟಣೆಗಳು

1. ಕೈ ಹಿಡಿದು ನೀ ನಡೆಸು ತಂದೆ–ವಿಶ್ವೇಶ್ವರ ಭಟ್ 250/–
2. ವಿಶ್ವಸುಂದರಿ–ಕುಂ. ವೀರಭದ್ರಪ್ಪ....................160/–
3. ನಿಮಗೆಷ್ಟು ಹಣ ಬೇಕು?–ಅನಂತ ಹುದೆಂಗಜೆ....................250/–
4. ಆರ್ಟ್ ಆಫ್ ಸಕ್ಸಸ್–ರಮೇಶ್ ಅರವಿಂದ್....................120/–
5. ಮನಿ ಮನಿ ಎಕಾನಮಿ–ರಂಗಸ್ವಾಮಿ ಮೂಕನಹಳ್ಳಿ....................160/–
6. ಇವರು ಅವರು ದೇವರು–ಜೋಗಿ....................200/–
7. ಲಾಸ್ಟ್ ಡೇಸ್ ಆಫ್ ಲೆಜೆಂಡ್ಸ್–ಗಣೇಶ್ ಕಾಸರಗೋಡು 225/–
8. ಒಳ್ಳೆಯ ಬದುಕಿನ ಸೂತ್ರಗಳು–ರವಿ ಕೃಷ್ಣಾರೆಡ್ಡಿ....................150/–
9. ಸೋಲೆಂಬ ಗೆಲುವು–ದೀಪಾ ಹಿರೇಗುತ್ತಿ....................150/–
10. ಬೆಳ್ಳಿತೆರೆಯ ಬಂಗಾರದ ಗೆರೆ–ಗಣೇಶ್ ಕಾಸರಗೋಡು 150/–
11. ನಟನ ಕಥೆ–ಮಂಡ್ಯ ರಮೇಶ್–ಎನ್. ಧನಂಜಯ 250/–
12. ತ್ಯಾಗಕ್ಕಿಲ್ಲ ನೂಕುನುಗ್ಗಲು–ಡಾ. ಗವಿಸ್ವಾಮಿ ಎನ್. 140/–
13. ಬದುಕೇ ಭಗವಂತ–ಡಾ. ಡಿ.ಎಸ್. ಶ್ರೀನಿವಾಸ ಪ್ರಸಾದ್ 170/–
14. ಮಾದಕ ದೊರೆ–ಸಂತೋಷಕುಮಾರ ಮೆಹೆಂದಳೆ....................375/–
15. ದ್ವೈತ–ರಾಘವ್ 140/–
16. ಹೃದಯದ ಮಾತು ಕೇಳಿ–ಮಂಜುನಾಥ್ ಚಾಂದ್....................150/–
17. ಹಿಂದಿನ ನಿಲ್ದಾಣ–ಶುಭಶ್ರೀ ಭಟ್ಟ....................120/–
18. ಪ್ರೀತ್‌ಸು–ರಾಜೀವ ನಾರಾಯಣ ನಾಯಕ 170/–
19. ಕೃಷಿ ಯಾಕೆ ಖುಷಿ?–ನರೇಂದ್ರ ರೈ ದೇರ್ಲ....................140/–
20. ಕ್ಷಯ–ಡಾ. ವಾಸುದೇವ ಶೆಟ್ಟಿ....................120/–
21. ಅರ್ಧ ಬಿಸಿಲು ಅರ್ಧ ಮಳೆ...–ಸದಾಶಿವ ಸೊರಟೂರು....................120/–
22. ಯಾರೂ ಹೇಳದ ಕಥೆಗಳು–(ಸಂ.) ಸುದರ್ಶನ ಚೆನ್ನಂಗಿಹಳ್ಳಿ....................150/–
23. ಕಥಾ ಸಾಗರಿ–ನಾಗವೇಣಿ ವೆಂ. ಹೆಗಡೆ ಹೆಗ್ಗರ್ಸಿಮನೆ....................120/–
24. ಮೆಮರೀಸ್ ಆಫ್ ಬಾಸ್ರಾ–ರಂಗಸ್ವಾಮಿ ಮೂಕನಹಳ್ಳಿ 160/–
25. ಮೇರುನಟ–ಡಾ. ಶರಣು ಹುಲ್ಲೂರು....................240/–
26. ನಾ ಸೆರೆಹಿಡಿದ ಕನ್ಯಾಸ್ತ್ರೀ–ಶಶಿಧರ ಹಾಲಾಡಿ 200/–
27. ಟ್ರಾಯ್–ಗಾಯಿತ್ರಿ ರಾಜ್....................200/–
28. ಫಾರೆಸ್ಟರ್ ಪೊನ್ನಪ್ಪ–ನೌಶಾದ್ ಜನ್ನತ್ತ್....................300/–
29. ವಿಶ್ವಯಾನಕ್ಕೆ ಗಣಿತವಾಹನ–ಎಸ್.ವಿ. ಶ್ರೀನಿವಾಸಮೂರ್ತಿ 200/–
30. ಲೆಟ್ಸ್ ಮೇಕ್ ಎ ಶಾರ್ಟ್ ಫಿಲಂ–ಜಯರಾಮಾಚಾರಿ 120/–
31. ಕುಣಿಗಲ್ ಟು ಕಂದಹಾರ್–ಮಂಜುನಾಥ್ ಕುಣಿಗಲ್.................... 260/–

32. ಗದಾಯುದ್ಧಂ–ಡಾ. ಎಂ.ಎ. ಜಯರಾಮ್ ರಾವ್....................................350/–
33. ಫೀನಿಕ್ಸ್–ದೀಪಾ ಹಿರೇಗುತ್ತಿ....................................120/–
34. ಹಿಟ್ಲರ್ ಲವ್ ಪಾಲಿಟಿಕ್ಸ್–ಸತೀಶ ಬಳೆಗಾರ....................................170/–
35. ಭಾನುಮತಿಯ ಪರಿವಾರ–ಕುಮಾರಸ್ವಾಮಿ ತೆಕ್ಕುಂಜ....................................140/–
36. ನೀ ದೂರ ಹೋದಾಗ–ಫೌಝಿಯ ಸಲೀಂ....................................220/–
37. ವ್ಯಗ್ರ ಮತ್ತು ಇತರ ಕಾದಂಬರಿಗಳು–ಕುಮಾರ ಬೇಂದ್ರೆ....................................180/–
38. ಸತ್ಯದ ಅನಾವರಣ–ಕೆ.ಎಸ್. ರಮಾಸುಂದರಿ....................................100/–
39. ಅಂತಾರಾಷ್ಟ್ರೀಯ ಕುಂಬಳಕಾಯಿ ಮತ್ತು ಇತರ ಕಥೆಗಳು–ಅಬ್ದುಲ್ ರಶೀದ್........120/–
40. ಅನಾಥ ಪ್ರೀತಿಯ ಅನುಬಂಧ–ಬಿ. ಮಂಜುನಾಥ್ ಕಾಮತ್ ಹಾಲಾಡಿ....................................140/–
41. ಹಕ್ಕಿ ಮತ್ತು ಹುಡುಗಿ (ಕವನ ಸಂಕಲನ)–(ಸಂ.) ಪ್ರಜಾವಾಣಿ ಬಳಗ....................................150/–
42. ಹಾವಿನ ಮನೆ–ಅನು ಬೆಳ್ಳೆ (ರಾಘವೇಂದ್ರ ಬಿ. ರಾವ್)....................................250/–
43. ಈಗಲ್ಸ್ ಲೈನ್–ರಾಜೇಶ್ ಕುಮಾರ್ ಕಲ್ಯಾ....................................220/–
44. ನಂಬಿಕೆಯೆಂಬ ಗಾಳಿಕೊಡೆ–ಡಾ. ಪ್ರೇಮಲತ ಬಿ. 180/–
45. 10 ಕುಟುಂಬ 18 ಗೋತ್ರದ ಗೌಡ ಪರಂಪರೆ–ಪುತ್ತೂರು ಅನಂತರಾಜ ಗೌಡ......300/–
46. ಗಿಳಿಯು ಬಾರದೆ ಇರದು (ಕಥಾಸಂಕಲನ)–ಪಿ.ಎಸ್. ಶ್ರೀಧರನ್ ಪಿಳ್ಳೆ
(ಅನುವಾದ: ಮೇರಿ ಜೋಸೆಫ್)....................................85/–
47. ಒಂದು ಆದಿಮ ಪ್ರೇಮ (ಕವನ ಸಂಕಲನ)–ನಂದಿನಿ ಹೆದ್ದುರ್ಗ....................................150/–
48. ಮಣ್ಣೇ ಮೊದಲು... (ಕವನ ಸಂಕಲನ)–ಪಾಪುಗುರು....................................120/–
49. ಬಿಂಜೆಮುಳ್ಳು (ಕವನ ಸಂಕಲನ)–ಫಾಲ್ಗುಣ ಗೌಡ ಅಚವೆ....................................120/–
50. ಅಮೋಘವರ್ಷ–ಡಾ. ಲಕ್ಷ್ಮಣ ಕೌಂಟೆ....................................420/–
51. ಗಾಯಗೊಂಡ ಸಾಲುಗಳು (ಕವನ ಸಂಕಲನ)–ಸದಾಶಿವ ಸೊರಟೂರು....................................110/–
52. ನಿನ್ನ ಧ್ಯಾನದ ನೂರೊಂದು ಹಣತೆ (ಕವನ ಸಂಕಲನ)–ವಾಸುದೇವ ನಾಡಿಗ್......170/–
53. ಕ್ರಿಕೆಟಾಯಣ–ಎಚ್. ಪ್ರೇಮಾನಂದ ಕಾಮತ್....................................230/–
54. ಹೂವಿನಕೊಲ್ಲಿ–ಅಬ್ದುಲ್ ರಶೀದ್....................................270/–
55. ಕನಸುಗಳ ಶ್ರಾದ್ಧ–(ಅನುವಾದ) ಡಾ. ಗೀತಾ ಸುನಿಲ್ ಕಶ್ಯಪ್....................................200/–
56. ವೀರ ಸಿಂಧೂರ ಲಕ್ಷ್ಮಣ–ಕೌಂಡಿನ್ಯ....................................190/–
57. ಸಹಭಾಷಿಕರ ಕನ್ನಡ ಪ್ರೇಮ–ಡಾ. ಡಿ.ಎಸ್. ಶ್ರೀನಿವಾಸ ಪ್ರಸಾದ್....................................400/–
58. ಚಿತ್ರ–ವಿಚಿತ್ರ–ರವೀಂದ್ರ ವೆಂಶಿ....................................220/–
59. ಜನಮಿತ್ರ ಅರಸು–ಡಾ. ಡಿ.ಎಸ್. ಚೌಗಲೆ....................................80/–
60. ಹಂಸಾಕ್ಷರ–ಜಯರಾಮಾಚಾರಿ....................................165/–
61. ನದಿಯೊಂದು ಕಡಲ ಹುಡುಕುತ್ತಾ–ಸಂತೆಬೆನ್ನೂರು ಫೈಜ್ನಟ್ರಾಜ್....................................180/–
62. ನೀಲಿ ಮತ್ತು ಸೇಬು–ಸುಧಾ ಆಡುಕಳ....................................180/–
63. ಕಾಗೆ ಮೇಷ್ಟ್ರು–ವಿಕ್ರಮ ಹತ್ವಾರ....................................125/–

64. ಪರಿಮಳದ ಪಡಸಾಲೆ (ಎಸ್. ದಿವಾಕರ್ ಪ್ರಪಂಚಕ್ಕೊಂದು ಪ್ರವೇಶಿಕೆ)................190/–
65. ಈ ಹೊತ್ತಿನ ಕಥೆಗಳು–(ಸಂ) ವಿಜಯ ಕರ್ನಾಟಕ..250/–
66. ನಿಶ್ಚಲವ ಕಲಕಿದ ಹಕ್ಕಿ–ವಿಕ್ರಮ ಹತ್ವಾರ...100/–
67. ಹರಿವ ಕನ್ನಡಿ–ಸ್ವಯಂಪ್ರಭಾ ಮಹೇಶ...120/–
68. ನರಕದ ಕೆನ್ನಾಲಿಗೆಯಂಥ ನಿನ್ನ ಬೆನ್ನಹುರಿ–ಅಬ್ದುಲ್ ರಶೀದ್ 130/–
69. ಚಿಕ್ಕಪುಟ್ಟಮ್ಮನವರ ಗೃಹನ್ಯಾಯ–ಕೆ. ಸತ್ಯನಾರಾಯಣ 140/–
70. ಹಕ್ಕಿ ಅಟೆಂಡೆನ್ಸ್–ಡಾ. ಲೀಲಾ ಅಪ್ಪಾಜಿ... 595/–
71. ದಡ ಸೇರದ ದೋಣಿಗಳು–ಬೇಲೂರು ರಾಮಮೂರ್ತಿ...275/–
72. ನಿಷಿತೆ–ಪ್ರೀತಿನಿ ಧನಂಜಯ...250/–
73. ಮಲೆನಾಡ ಅಜ್ಜಿ–ಶೋಭಾ ರಾವ್ 175/–
74. ಮಲ್ಲಿಮಲ್ಲಿಗಿ–ಎಂ.ಎಲ್. ಪ್ರಸನ್ನ...210/–
75. ಬೆಳವಡಿ ಮಲ್ಲಮ್ಮ–ಕೌಂಡಿನ್ಯ...
76. ಆರೋಹಣ–ವಿವೇಕಾನಂದ ಕಾಮತ್ 190/–